सुंबरान

सारंगी आंबेकर यांचे प्रकाशित साहित्य

संगीत सान्निध्य (संगीतविषयक ललितलेख)
प्रस्तावना : डॉ. अश्विनी भिडे-देशपांडे

सुंबरान

सारंगी आंबेकर

प्रस्तावना
प्रा. सुधीर रसाळ

पॉप्युलर प्रकाशन, मुंबई

सुंबरान
(म-१३४२)
पॉप्युलर प्रकाशन
ISBN 978-81-955127-3-7

SUMBARAN
(Marathi : Literary Essays)
Sarangee Ambekar

Email: saarangee2976@yahoo.co.in

पहिली आवृत्ती : २०२१/१९४३

मुखपृष्ठ : देवश्री आंबेकर

प्रकाशक
हर्ष भटकळ
पॉप्युलर प्रकाशन प्रा. लि.
३०१, महालक्ष्मी चेंबर्स
२२, भुलाभाई देसाई रोड
मुंबई ४०० ०२६

अक्षरजुळणी
संतोष गायकवाड
पिंपळे गुरव
पुणे ४११ ०२७

सौ. इंदिरा एकनाथ हळबे
आणि
एकनाथ रामचंद्र हळबे
यांच्या पवित्र स्मृतींना

प्रस्तावना

'सुंबरान' हा सारंगी आंबेकर यांनी विविध साहित्यकृतींवर लिहिलेल्या छोट्या आकारमानाच्या एकतीस लेखांचा संग्रह आहे. हे सर्व लेख एकाच प्रकारचे नाहीत. त्यांच्या लेखनामागे वेगवेगळी उद्दिष्टे आहेत. साहित्यकृतीची वाचकांना शिफारस करणे, त्यासाठी साहित्यकृतीचा परिचय करून देणे, वाचकाला आकृष्ट करू शकतील असे साहित्यकृतीतील गुणधर्म वाचकाच्या निदर्शनास आणून देणे, ही उद्दिष्टे त्यांच्या या लेखसंग्रहातील सर्वच लेखनामागे आहेत. या संग्रहातील काही लेख आस्वादक स्वरूपाचे असून त्यांतील आस्वादाचे उत्कट स्वरूपच वाचकाच्या ठिकाणी त्या साहित्यकृतींबद्दल कुतूहल जागृत करून त्याला त्या साहित्यकृतीच्या आस्वादास प्रवृत्त करणारे असते. यांपैकी काही लेख साहित्यकृतीच्या स्वरूपाची चिकित्सा करणारे आहेत. हे सर्व लेख जरी भिन्न भिन्न स्वरूपाचे असले तरी या सर्व लेखनाचा अंतिम उद्देश साहित्यकृतींबद्दल कुतूहल जागे करणे आणि वाचकाला या साहित्यकृतींचा आस्वाद घेण्यास उद्युक्त करणे हा आहे.

या लेखसंग्रहाचे आणखी एक वैशिष्ट्य म्हणजे या साहित्यकृती वेगवेगळ्या साहित्यप्रकारांतल्या असून त्यांतील बहुतेक साहित्यकृतींना अभिजाततेचा दर्जा प्राप्त झाला आहे. 'दुर्दम्य', 'खरे मास्तर', 'धग' या कादंबऱ्या, अरविंद गोखल्यांचा 'मंजुळा' हा कथासंग्रह,'मी जिंकलो मी हरलो', 'भूमिकन्या सीता' ही नाटके, नारायण सुर्व्यांची कविता आणि करंदीकरांची बालकविता, इंदिरा संतांचा 'फुलवेल' आणि दुर्गा भागवतांचा 'ऋतुचक्र' हे ललित लेखांचे संग्रह, या सर्व साहित्यकृती दर्जेदार असून

या संग्रहातील त्यांची मालिका मराठी साहित्याच्या वैभवाचा एक ठसा वाचकमनावर उमटवते. वाचकाला अभिजात, दर्जेदार साहित्यकृती वाचायला प्रवृत्त करण्यातून हे लेखन झालेले असल्याने या पुस्तकांचे मूल्य कितीतरी वाढलेले आहे.

सारंगी आंबेकर यांचे हे लेखन एकाच सुरात झालेले नाही. प्रत्येक साहित्यकृतीवर लिहिताना त्यांच्या अवलोकनपद्धतीत आणि शैलीत बदल होतो. साहित्यकृतीच्या स्वरूपाप्रमाणे आणि तिच्या मागणीप्रमाणे त्या तिच्याशी आपले नाते जोडतात. जे लेखन माहितीपर स्वरूपाचे आहे त्याचे तटस्थ पद्धतीने अवलोकन करत त्यावरचे लेखनही तटस्थ पद्धतीने करतात. 'पॉप्युलर रीतिपुस्तक' या माहितीपर पुस्तकावरचे लेखन या दृष्टीने पाहता येईल. परंतु या लेखाच्या शेवटी मात्र ''दर्जेदार लेखक, प्रकाशक, संपादक, मुद्रक ते चोखंदळ वाचक घडवण्यासाठीचे परिपूर्ण गर्भसंस्कार देऊ करणारं 'पॉप्युलर रीतिपुस्तक' हे मराठी भाषा व साहित्यविश्वासाठी अनमोल नजराणा आहे.'' असे वाक्य टाकून त्या हे पुस्तक वाचकाने वाचणे आवश्यक असल्याचे सूचित करतात.

त्यांचे काही लेख मात्र साहित्यकृतीच्या वाचनात वाचकाला येणारा अनुभव व्यक्त करणारे आहेत. अशा लेखनाला ती साहित्यकृती आणि वाचकाचे मन अशी दोन केंद्रे असतात. साहित्यकृतीवर लिहिता लिहिता त्या साहित्यकृतीला वाचकाने दिलेल्या भावनिक प्रतिसादावरही लिहून जातात. सुनील कर्णिकांच्या 'आंबट आणि तिखट' या व्यक्तिचित्र-संग्रहातील कर्णिकांच्या शैलीवर लिहिताना त्यांनी प्रथम कर्णिकांच्या लेखनाचे वेगळेपण प्रकट केले असून त्यानंतर त्यांनी त्यासंबंधीच्या आपल्या भावनिक प्रतिक्रियांची नोंद केली आहे. त्यांची पुढील वाक्ये पहा : ''कोपरखळ्या किंवा कातडी बचाव धोरणाचा अभाव, स्वत:बद्दलचे परखड शेरे, नेमक्या शब्दांत घटनाप्रसंग सांगून त्याचा अहवाल सादर करणारी खेळकर शैली, यांमुळे शब्दांमध्ये लपलेला आशय समजून घेताना वाचक म्हणून कधी आपण अस्वस्थ होतो, कधी आपल्याला गुदगुल्या होतात तर कधी अचंबित व्हायची वेळ येते.'' लेखनविषय झालेल्या पुस्तकाची शिफारस करताना पुस्तकाची वैशिष्ट्ये आणि वाचक म्हणून आपली

प्रतिक्रिया या दोन्ही गोष्टी आंबेकर नोंदवितात. कर्णिकांच्या 'म्हाताऱ्या बायका काय कामाच्या!' या पुस्तकासंबंधीची पुढील वाक्ये पाहा : ''ज्योत्स्ना कदम, कमल देसाई, ...मृणालिनी साराभाई यांच्या उलगडलेल्या कहाण्या समाजमनाचं विकसन, प्रवाह, स्त्रीपुरुषांचे नातेसंबंध याचं अनोखं चित्र दाखवतात. त्यानंतरचा 'म्हाताऱ्या बायका काय कामाच्या!' हा शीर्षक लेख वाचून आपण क्षणभर अंतर्मुख होतो. ...एकूणच समाजस्वास्थ्यावर दूरगामी परिणाम करणाऱ्या विषयांचा बागुलबुवा न करता एक प्रकारे र. धों. कर्वे यांची वाट चोखाळणारं हे पुस्तक एक आशादायी ठेहराव आहे.'' या पद्धतीमुळे त्यांचे लेख वाचकमनात पुस्तकाबद्दल कुतूहल निर्माण करण्यात आणि त्याच्या वाचनाची प्रेरणा जागृत करण्यात यशस्वी होतात. त्यांनी स्वीकारलेल्या या लेखनपद्धतीमुळे या पुस्तकाचा मूळचा हेतू सफल झाला आहे.

त्यांनी निवडलेल्या साहित्यकृतींपैकी काहींशी त्यांचे उत्कट भावनिक नाते प्रस्थापित होते आणि त्यांचे लेखन साहित्यकृतिकेंद्री न राहता ते केवळ लेखककेंद्री होते. अशा लेखात प्रकट होणाऱ्या भावनिक अनुभवाला ती साहित्यकृती फक्त निमित्तमात्र असते. ग्रेस यांच्या 'ओल्या वेळूची बासरी' या ललितलेखसंग्रहावर लिहिताना आंबेकरांनी ग्रेसच्या निमित्ताने आपल्या मनाचे चित्र रेखाटलेले आहे. त्यांची पुढील वाक्ये पाहा : ''ग्रेसच्या नजरेतलं त्यांचं अस्तित्व आणि प्रतिमा ...स्वत:लाही पुन्हा आजमावयाला व समजून घ्यायला भाग पाडतात. ...मला अजूनही ग्रेस समजत नाही... म्हणून पुन:पुन्हा ग्रेस वाचावासा वाटतो...भयचकित करणाऱ्या अंधाराच्या अगणित छटा पुकारतात. ग्रेसचे शब्द गांधीलमाशी-प्रमाणे घोंगावतात. ...मी स्तब्ध राहायचा उगी प्रयत्न करते ...तरीही चिवट संवेदनांना त्यांचे अर्थ अनर्थ ऐकू येत राहतात.'' ग्रेसच्या 'ओल्या वेळूची बासरी' या ललितलेखसंग्रहावर लिहिताना त्यांनी योजिलेली ललित स्वरूपाची भाषा त्यांना हा संग्रह का आवडला एवढेच सांगते. या प्रकारचे लेखन साहित्यकृतीपेक्षा स्वत: लेखकावरच केंद्रित होत असते. त्यामुळे हे लेखन साहित्यकृतीची समीक्षा करणारे असत नाही तर ते साहित्यकृतीच्या निमित्ताने साधलेली एक ललितकृती असते. या

लेखसंग्रहाच्या उद्दिष्टात अशा प्रकारचे लेखन बसू शकत नाही.

जिला आपण परिपूर्ण समीक्षा म्हणू अशा प्रकारचेही काही लेख या संग्रहात आहेत. या लेखांत लेखिका साहित्यकृतीच्या स्वरूपाचा शोध घेते. साहित्यकृतीचे वेगवेगळे घटक तपासते आणि त्यांची त्या साहित्यकृतीतील अपरिहार्यता जोखते. या लेखांत साहित्यकृतीचे नेमके आणि नि:संदिग्ध मूल्यमापन केलेले असते. या संदर्भात आंबेकरांचा विंदा करंदीकरांच्या बालकवितेवरचा लेख विचारात घेता येईल. विंदा करंदीकरांची बालकविता बालकांपासून ज्येष्ठांपर्यंत सर्वांनाच प्रिय का झाली, हा आंबेकरांसमोरचा प्रश्न आहे. करंदीकर लहान मुलांशी बरोबरीचे नाते प्रस्थापित करून बालकविता लिहितात, म्हणून बालकांना ती आपली कविता वाटते,असे त्याचे एक कारण आंबेकर नमूद करतात. या कवितांत प्रामुख्याने दृक्प्रतिमांची रचना केली जाते. त्यामुळे ती सहजपणे प्रत्यय घडवते. मुळात काल्पनिक असलेले परंतु बालकांच्या विश्वाचा भाग असणारे बागुलबुवा, मुंजा, महासमंध, आग्या वेताळ हे सर्व बालकांना पटतील अशा रूपात करंदीकर व्यक्त करतात. या कवितांच्या बालक-प्रियतेचे आणखी एक कारण त्यांनी दिले आहे. त्या म्हणतात : 'विंदा कवितेतून मुलांचं केवळ कुतूहल शमवीत नाहीत तर ज्ञानेंद्रियांना चेतवून आनंदाची कारंजी फुलवितात.' एटू लोकांच्या संस्कृतीचे विंदांनी रेखाटलेले चित्र याचे उदाहरण म्हणून त्या देतात. विंदांच्या बालकवितेतले हे जग प्रौढांनाही प्रिय होते याचे कारण प्रौढांमध्ये सुप्तपणे असलेल्या बालकाला विंदांची ही कविता यशस्वीपणे आवाहन करते. म्हणून ती ज्येष्ठांत लपलेल्या बालकांनाही प्रिय होते. आंबेकरांचा हा छोटेखानी लेख वाचकाचे पुरेसे समाधान करत नाही. वस्तुत: त्यांनी तो सविस्तरपणे लिहायला हवा होता.

या लेखसंग्रहात गंगाधर गाडगीळ यांची 'दुर्दम्य', विभावरी शिरूरकर यांची 'खरे मास्तर', नारायण सुर्व्यांची कविता,अरविंद गोखल्यांचा 'मंजुळा' हा कथासंग्रह, नीरजा यांचे दोन कथासंग्रह आणि सुनील कर्णिक यांचे ललित लेख यांवरचे त्यांचे लेखन साहित्यकृतींच्या स्वरूपाचा शोध घेण्याच्या प्रेरणेतून लिहिले गेले आहे. सारंगी आंबेकरांमध्ये एक

अभिरुचिसंपन्न प्रगल्भ समीक्षक असून तिला उचित न्याय मिळेल असे लेखन त्यांनी करायला हवे.

थोडक्यात, सारंगी आंबेकरांचं हे 'सुंबरान' भोळंभाबडं नसून ते चांगलंच डोळस आणि चिकित्सक आहे.

वाचकांनी काय वाचावे आणि तेच का वाचावे, यासंबंधी मार्गदर्शन करणारे हे मराठीतील कदाचित पहिलेच पुस्तक असावे. मराठीत वाचनसंस्कृती समृद्ध होण्यासाठी वाचकांना अशा प्रकारे उत्तमोत्तम साहित्यकृतींचा परिचय करून देऊन त्यांना अशा साहित्यकृती वाचायला प्रवृत्त करणारे लेखन विपुल प्रमाणात होणे आवश्यक आहे. मराठी साहित्याच्या वाचकवर्गात झपाट्याने घट होण्याच्या या काळात तर अशा मार्गदर्शनपर पुस्तकांची नितांत आवश्यकता आहे. म्हणून सारंगी आंबेकरांच्या 'सुंबरान' या लेखसंग्रहाचे वाचकांनी स्वागत केले पाहिजे आणि त्यांनी अशा प्रकारचे लेखन विपुल प्रमाणात करावे अशी अपेक्षाही केली पाहिजे.

दि. २० ऑक्टोबर २०२१ — सुधीर रसाळ

औरंगाबाद

भूमिका

वाचनाचा नाद मला आजीमुळे लागला. रोजचे प्रचंड कष्ट उपसल्यानंतरही झोपताना ती संतांच्या, देवादिकांच्या, स्वातंत्र्यवीरांच्या, ऐतिहासिक गोष्टी अक्षरशः घशाला कोरड पडेपर्यंत मला सांगत असे. ती आनंदयात्रा आठवून आजही मनाला एका अनामिक चैतन्याचं भरतं येतं. तिचा सुरकुतलेला उष्ण हात, ओलावलेला स्वर, गोष्टींची पुस्तकं ठेवायची ॲल्युमिनियमची पेटी काळाच्या ओघात हरवली, पण तो आनंद खोल जिरला आणि झऱ्यासारखा खळाळता राहिला.

कॉलेजमध्ये मराठी विषय न घेऊनही मी वाचनालयातून असंख्य मराठी पुस्तकं वाचत गेले. सुदैवाने माझी ही आवड प्रसाद आंबेकर यांनी जपली आणि फुलवली. वाचनात वैविध्य, खोली यावी व वैचारिक आदानप्रदान होत राहावं म्हणून विनायक गोखलेने अगणित पुस्तकं माझ्यासाठी विकत घेतली. रामदास भटकळ यांच्याबरोबर पुस्तकं, प्रकाशकीय कामाचं स्वरूप, लेखक, त्यांची स्वभाववैशिष्ट्यं, पुस्तकांचे आशय–आविष्कार यांवरील मनमोकळ्या चर्चांमुळे साहित्याकडे पाहायचा दृष्टिकोन व्यापक होत राहिला.

कोरोनामुळे एका अभूतपूर्व संकटाने अकल्पितपणे रोजच्या जीवनात एक विराम देऊ केला. हा विराम आशयघन व आनंदमयी होऊ शकला तो याच संगीत आणि साहित्याच्या निर्झरामुळे.

या आनंदानुभूतीचं वेळोवेळी होणारं स्मरण यासाठी धनगरीगीतेतील 'सुंबरान' हा शब्द मला विलक्षण नादमय, सतेज आणि सुयोग्य वाटला.

सकस, काही अपरिचित तर काही विस्मृतीत गेलेली पुस्तकं वाचून जे प्रकर्षाने जाणवलं ते व्यक्त करण्यासाठी रामदास भटकळांच्या अनुमतीने फेसबुकचा पर्याय निवडला.

याआधीची काही पुस्तक परीक्षणं माझी हरहुन्नरी मैत्रीण मृण्मयी रानडे हिच्यामुळे 'दिव्य मराठी'च्या 'मधुरिमा'मध्ये छापली गेली. तीही या पुस्तकात समाविष्ट केली आहेत.

या लेखनप्रपंचाचा आवाका साहित्यसागरातल्या एका थेंबाएवढा असूनही पॉप्युलर प्रकाशनामुळे हे संकलन वाचकांसमोर येत आहे. या सर्व पुस्तकांना वाचकांची भरभरून दाद मिळण्याच्या कामी झालेलं माझं अत्यल्प योगदान हीच माझ्या आनंदाची परिपूर्ती!

दि. २५ ऑक्टोबर २०२१ — **सारंगी आंबेकर**

मुंबई

ऋणनिर्देश

या पुस्तकातले सर्वच लेख लिहिताना मला पूरक संदर्भ मिळवून देणारे माझे गुरू रामदास भटकळ आणि सुहृद् विनायक गोखले यांना माझा सप्रेम नमस्कार.

यांतली बरीच पुस्तके मला प्रत्यक्ष पोचवणारी मैत्रीण प्रज्ञा जोशी हिचे मनापासून आभार. मृण्मयी रानडे हिने 'दिव्य मराठी' दैनिकाच्या 'मधुरिमा' पुरवणीत काही लेख छापून ते मुंबई बाहेरीलही वाचकांसमोर आणल्याकरिता तिचे मनःपूर्वक आभार.

प्रा. रणधीर शिंदे, कमलाकर नाडकर्णी, प्रमोद पवार, ना. धों. महानोर, प्रा. मिलिंद मालशे, अरुण कानेटकर, नंदा पैठणकर आदी अनेक जणांनी फेसबुकवरून व इतर माध्यमांतून दिलेल्या आत्मीयतापूर्ण व विचक्षण प्रतिक्रियांमुळे मला हुरूप आला. या सर्वांची मी ऋणी आहे.

'सुंबरान'ला ज्येष्ठ समीक्षक प्रा. सुधीर रसाळ यांची प्रस्तावना लाभणे या योगाची योग्य उकल करणे माझ्या कुवतीपलीकडील आहे. मी त्यांना आदरपूर्वक सप्रेम नमस्कार करते.

अक्षरजुळणीसाठी संतोष गायकवाड व मुखपृष्ठासाठी देवश्री आंबेकर यांचेही खूप आभार.

ही पुस्तक परीक्षणं ज्या कलाकृतींवर आधारित आहेत त्या समस्त सारस्वतांचे आभार कसे मानावेत, या पेचात मी कायम राहीन.

माझे कुटुंबीय, मित्रपरिवार यांच्या सहकार्य व सदिच्छांमुळेच मी हा पल्ला गाठू शकले याची जाणीव ठेवून ही स्मरणयात्रा मी तुमच्या हाती सोपवते.

दि. ५ ऑगस्ट २०२१ — **सारंगी आंबेकर**

मुंबई

अनुक्रम

न कळता वाटे कोडे ।
कळता अवघे दिसे उघडे ।
म्हणोनी येकांती निवाडे ।
विचार पाहावा ।

– श्री दासबोध

१

गंगाधर गाडगीळ

दुर्दम्य

मराठी साहित्यातील मैलाचा दगड ठरलेल्या गंगाधर गाडगीळ यांच्या 'दुर्दम्य' या कादंबरीसंदर्भात माझी निरीक्षणं नोंदवत आहे. कादंबरीचा महानायक लोकमान्य बाळ गंगाधर टिळक हे, 'दुर्दम्य' आत्मविश्वास, स्वराज्याची 'दुर्दम्य' महत्त्वाकांक्षा आणि अभूतपूर्व देशप्रेम असलेले महाराष्ट्राच्याच नव्हे तर भारतीय स्वातंत्र्यलढ्यातले एक प्रचंड वादळी लोकप्रिय व्यक्तिमत्त्व. ही मराठीतील उल्लेखनीय चरित्रात्मक कादंबरी १९७० व ७१ मध्ये राजेंद्र बनहट्टींच्या सुविचार प्रकाशनातर्फे दोन खंडांत प्रसिद्ध झाली.

गंगाधर गाडगीळ तत्पूर्वी मराठी कथेतील नवनिर्मितीच्या शिलेदारांतील अग्रणी होते. एन. एम. महाविद्यालयाचे प्राचार्यपद भूषवल्यानंतर बनहट्टींकडून गांधींविषयी कादंबरी लिहा अशी पृच्छा झाली. आपले आत्मचरित्र 'एका मुंगीचे महाभारत' यात गाडगीळांनीच म्हटल्याप्रमाणे, 'सगळे पूर्वग्रह बाजूला ठेवून पुन्हा नव्याने त्यांच्या व्यक्तिमत्त्वाचा आणि कर्तृत्वाचा अन्वयार्थ लावणे ही चरित्रात्मक कादंबरी लिहिताना आवश्यक बाब.' त्यांनी गांधींऐवजी टिळकांना अग्रक्रम दिला आणि साकारली 'दुर्दम्य'!

कादंबरीची सुरुवात टिळक मॅट्रिक पास झाल्यापासून होत त्यांच्या महाप्रवासात लीन होते... अर्थात हा आलेख जवळपास पंचेचाळीस वर्षांचा आढावा घेणारा म्हणून प्रचंड विस्तृत आहे.

चरित्रात्मक कादंबरी ही कादंबरीप्रमाणे स्वैर असणं सर्वथा अशक्य असलं तरी चरित्रलेखनाप्रमाणे केवळ घटनांची नोंद करण्याइतकी बंदिस्तही नाही. टिळक केंद्रबिंदू असला तरी ऐतिहासिक, सामाजिक, बोधवादी, वास्तववादी, रंजनात्मक हे सर्व पैलू कमीअधिक प्रमाणात समाविष्ट करणारी म्हणूनही तिचा विचार व्हायला हवा. टिळकांच्या जीवितकार्याच्या प्रेरणा, धारणा व त्यांचा होत गेलेला विकास,यांचा अन्वयार्थ लावताना उपलब्ध पुराव्यांतून पुन्हा त्यांना सजीव करणं व त्यांच्या व्यक्तिगत, सामाजिक भूमिकांचा एकजिनसी अनुभव घडवणं हे मोठं आव्हान यात वाद नाही. माझ्या विचारांशी सहमती असणारा 'दुर्दम्य'चा परामर्श घेताना चंद्रकांत बांदिवडेकर म्हणतात, 'इतिहास, दस्तऐवज, चरित्रविषयावर झालेलं लेखन, त्या विषयीच्या समजुती, त्याबद्दलच्या दंतकथा याचं अवलोकन तर करावं लागतंच. उपलब्ध ज्ञानसामुग्री हे कच्चे द्रव्य असते. चरित्राबद्दलचे काही आगळे, नवे जाणवणे यासाठी स्वतंत्र प्रज्ञेची आवश्यकता भासते. ही कादंबरी वाचताना अशी 'व्हिजन' गाडगीळांना सापडल्याचे जाणवते.'

कादंबरीतील इतर अनेक महत्त्वाच्या व्यक्तिरेखा- गोविंदराव, सत्यभामाबाई, रामचंद्र, धोंडोपंत, आपटे, साठे, खाडिलकर, नरसोपंत केळकर, चाफेकर, सावरकर, मुंजे, गोखले, वासुदेव बळवंत, मोतीलाल घोष, फिरोजशाह मेहता, रावसाहेब रानडे इत्यादी अनेक टिळकांच्या जीवननाट्याचा यथायोग्य परिपोष करतात. टिळकांचा स्त्री विषयक दृष्टिकोन, ताईमहाराज बळवंतराव खटका सोडल्यास कादंबरीत स्त्रीची उपस्थिती मात्र नगण्य आहे.

'धार आणि काठ' या कादंबरीविषयक समीक्षेत कुरुंदकर म्हणतात, 'इतिहास जे ऐतिहासिक सत्य नोंदवतो ती एका व्यक्तीच्या जीवनातील काही टिंबे असतात. ज्यावेळी आकलन त्या पातळीवर चढते त्या वेळी

ही टिंबे सलग व्यक्तिरेखेत स्वाभाविक होऊन जातात.'

सामाजिक सुधारणा की स्वातंत्र्य, साधनशुचिता, जहालमवाळ वादावरील टिळकांची भूमिका, राजकारणाविषयी विचार, गणित, वेदोपनिषदे, ग्रहतारे इत्यादींचा अभ्यास व ज्ञानपिपासू वृत्ती, कौटुंबिक हताशांना सामोरं जायची पद्धत, कर्तव्य तत्परतेत कुठंही कमी न पडण्याची टिळकांची वृत्ती, सुरुवातीचा हेकेखोर स्वभाव शेवटी सर्वसमावेशक होण्याकडे कल, ब्राह्मण्याविषयी उद्‌गार अशा अनेक विषयांसंदर्भात कादंबरीने केलेला न्याय अनुभवल्यावर टिळकांचं आकलन स्वाभाविक झाल्याचा प्रत्यय येतो. हिंदू मुसलमान तिढ्यात टिळकांचं लवचीक धोरण, किंवा कुठल्याही व्यक्तीचा देशसेवेसाठी कसा उपयोग करून घेता येईल याची समज टिळक परिपक्वतेचा आदर्श नमुना आहे. 'दुर्बळपणा दाखवून कोणाचा स्नेह संपादन करता येत नाही किंवा नेभळटपणा म्हणजे समंजसपणा नाही हे रावसाहेबांना कोणीतरी समजावून सांगायला हवं' अशा वाक्यांतून गाडगीळ तो समर्थपणे व्यक्त करतात.

'दुर्दम्य'चं परीक्षण करताना स. ह. देशपांडे यांनी आपल्या लेखात, एकूण कादंबरीला भव्यता लाभलेली नाही, टिळक या कथानायकाच्या उत्तुंगपणाच्या तुलनेनं थिटी आहे, असा अभिप्राय दिला आहे. तो मला खोडून काढावासा वाटतो.

आलंकारिक भाषेवरून कादंबरीची भव्यता किंवा केवळ नाट्य-मयतेच्या हव्यासापोटी केलेलं कृत्रिम आलेखन टाळणं हेच गाडगीळांना टिळक गवसल्याचं चिन्ह आहे.

'लोकमान्यांची मुद्रा एकदम गंभीर झाली, मला मोक्ष नको आहे. जोपर्यंत माझे कोट्यवधी बांधव पारतंत्र्याच्या नरकात आहेत तोपर्यंत माझं उलट परमेश्वराकडे मागणं आहे की देशाचा उद्धार होईपर्यंत मला पुन्हा याच भूमीत जन्माला घाल.'

अशा कित्येक वर्णनांद्वारे, लोकमान्यांनी समाजोपयोगी अंतिम हितैषी निर्णय वेळोवेळी कसे घेतले हे सुसूत्रपणे मांडण्यात गाडगीळ यशस्वी झाले आहेत.

म्हणूनच एका उत्तुंग आणि लोकापवादांना कायम सामोरं गेलेल्या व्यक्तीच्या मानसिक आंदोलनांचा धांडोळा गुंतागुंतीच्या राजकीय व सामाजिक पार्श्वभूमीवर घेताना 'दुर्दम्य' कुठेही थिटी राहत नाही.

वाचन चळवळीतील आबालवृद्ध खटपट्यांनी पुन्हापुन्हा वाचावी अशी 'दुर्दम्य'....

❑

२

विभावरी शिरूरकर

हिंदोळ्यावर, खरे मास्तर

नुकतीच 'हिंदोळ्यावर' ही विभावरी शिरूरकर यांची एकशेसव्वीस पानांची छोटेखानी कादंबरी वाचली. बाळूताई खरे हे या प्रतिभावंत लेखिकेचं मूळ नाव. १९३८ साली विश्राम बेडेकर यांच्याशी विवाहबद्ध होऊन त्या मालतीबाई बेडेकर झाल्या. कादंबरीकार म्हणून त्यांनी विभावरी शिरूरकर ह्या टोपण नावाने बहुतेक पाच सहाच पण काळाच्या पुढच्या आणि दर्जेदार कादंबऱ्या लिहिल्या.

'हिंदोळ्यावर'ची नायिका अचला १९३२ साली रंगवली गेली. म्हणजे साधारण अठ्ठ्याऐंशी वर्षांपूर्वी. तरीही तिचा तजेला दुर्दैवाने आजही कायम आहे. दुर्दैवाने अशासाठी की, बदलती सामाजिक परिस्थिती, शिक्षण व आर्थिक निर्भरतेमुळे स्त्री-पुरुषांत वरवर जाणवत असलेली समानता असूनही वर्षानुवर्षांच्या सामाजिक संकेतांशी लढताना आत्मबळ कमी पडल्यामुळे व्यथित झालेल्या असंख्य अचला आजही आपल्या आजूबाजूला आढळतात. विवाहसंस्था, स्त्री-पुरुष संबंध आणि स्त्रीचं सामाजिक स्थान या तिन्हीमधलं परस्परावलंबित्व नाजूक तितकंच क्लिष्टही आहे.

'हिंदोळ्यावर' कादंबरीतली अचला, विराग, विनायकराव, राजाई या

व्यक्तिरेखा समाजातल्या वृत्तींकडे निर्देश करून आपल्याभोवती पिंगा घालतात.

'हिंदोळ्यावर'मधली त्या काळाच्या मानाने बरीच पुढे असलेली 'अचला' साकारणारी लेखिका म्हणून बाळूताईंचं वेगळेपण आणि लिखाणातील वादग्रस्त आशयामुळे टोपण नावाने (विभावरी शिरूरकर) ते प्रसिद्ध करण्यातली कल्पकता व धारिष्ट्य हेही एक विरळा उदाहरण आहे.

'हिंदोळ्यावर' कादंबरीचं मूल्यमापन करताना नरहर कुरुंदकर ('धार आणि काठ' पृ. १७३) यांच्या पुढील ओळी स्त्री लेखिका व समाजातील स्त्रीच्या भूमिकेचे तात्कालिक संदर्भाचे आकलन होण्यासाठी महत्त्वाच्या ठरतात. 'नवऱ्याने टाकून दिलेल्या अचलेच्या मनात विरागच्या दर्शनाने जी वादळे उठतात त्यांचे, इकडे विवेकसुन्न करणाऱ्या उत्कट वासना आणि तिकडे संस्कारातून निर्माण झालेला मनाचा पिंड ही जी अचलेची कोंडी होते त्याचे चित्रण करण्याचा प्रयत्न विभावरीबाईंनी केला आहे. हा प्रयत्न करताना कोठल्याही प्रकारचे खोटे स्त्री दाक्षिण्य, तथाकथित पुरोगामित्व अगर स्त्रीदास्य विमोचन त्यांच्या डोळ्यासमोर नाही. त्याऐवजी प्रकृतीने साकार केलेला निरोगी देह आणि विवेकाचे बंधन झुगारून देणाऱ्या त्याच्या कळा इतक्याच त्यांना पुरेशा वाटतात. याहून अधिक खोल जाण्याची त्यांची शक्ती नाही. कोठे तरी प्रेम निर्माण होण्यासाठी काही सांस्कृतिक कारणे दाखवून अचलेचे समर्थन करण्याची त्यांची धडपड असतेच.'

मला वाटतं पूर्वापारपासून स्त्रीच्या एकूण निर्णयक्षमतेचं व वागणुकीचं समर्थन समाजाकडून कायम अपेक्षित असल्याच्या अलिखित नियमाबरहुकूम येणारं हे भागधेय असावं.

अलीकडेच वाचलेली 'खरे मास्तर' ही विभावरी शिरूरकरांची अखेरची कादंबरी १९९३ साली पॉप्युलरने प्रकाशित केली. प्रास्ताविकात म्हटल्याप्रमाणे आईवडिलांविषयी लिहावं असा मानस असलेल्या बाळूताईंचा जन्म १ ऑक्टोबर १९०५ सालचा. प्रस्तुत कादंबरीचा केंद्रबिंदू अण्णा अर्थात वडील खरे मास्तर यांचा जन्म व कार्यकाळ अंदाजे १८८५ च्या आसपास. सबब त्या दरम्यानच्या समाजाचा, रूढी परंपरांचा,

राजकीय सत्तांतरांचा व पर्यायाने त्याचा व्यक्तिविकासावर होणाऱ्या परिणामांचा आलेख होय. उतार वयातल्या प्रगल्भ संयत आत्मभानाला साजेशा लेखनाचं निर्विवाद वैशिष्ट्य म्हणजे बाळूताई वडिलांविषयी लिहिताना कुठंही नातेसंबंधांतील पोकळ दिखावा, प्रेम, आदर व टीका यांच्या आहारी न जाता अतिशय तटस्थपणे कादंबरीच्या नायकाला अर्थात खरे मास्तरांच्या व्यक्तिचित्राला यथोचित न्याय देतात.

चरित्र, त्यात अपरिहार्यपणे असणारं आत्मचरित्र व निवडलेला कादंबरीचा घाट या त्रयीचं पर्यवसान ऑस्कर वाईल्ड म्हणतो तसं 'cheap edition of great books may be delightful, but cheap edition of great men are absolutely detestable' व्हायचा धोकाच जास्त. पण बाळूताई म्हणजेच मालती बेडेकरांनी हे शिवधनुष्य लीलया पेललं आहे.

या एकशेएकतीस पानी कालयात्रेचा प्रारंभ मथूच्या, 'आईवडिलांच्या मायेचं ऋण फेडण्यापेक्षा त्याचं मनात ओझं वाहत राहणंच भूषणाचं वाटत असतं' या भावनेने होताना खरे मास्तर मात्र दिगंत यात्रेला निघून गेले आहेत. मग आठवणींचे पापुद्रे अलगद सोडवताना सुरुवात होते; ती लेकरं जाणती झाल्यावर ज्या संवादाला खरे मास्तर पारखे होत गेले; एकाकी व खिन्न होत राहिले त्या संवादाची उजळणी आणि पाठपुरावा करण्याची! कधी स्वगत, कधी संवाद तर कधी आत्मनिवेदन... पुढच्या चार प्रकरणांत खरे मास्तरांची जडणघडण, संसार, मुलांच्या नेत्रदीपक यशाने कृतकृत्य झाल्याच्या भावनेपासून ते गोतावळ्यापासून तुटत जाण्यापर्यंतचा प्रवास.

कोकणात गुहागर या लहानशा खेड्यात लहानपणाची सहासात वर्षं सुखात बुचकळून निघाल्यानंतर वडील निवर्तल्यामुळे आईच्या केशवपना-नंतरच्या भेसूर दर्शनाने बालपण हरवल्याची जाणीव होणं, त्या काळच्या प्रथेनुसार लग्नबेडीत अडकण्यापेक्षा मुंबईला जाऊन शिकून नोकरी मिळवणं, या गडबडीत गुहागरच्या शाळेतून दाखला न आणल्यामुळे शिक्षणाचा मार्ग खुंटणं, पण हार न मानता फाटकमामांच्या दुकानात शिंपीकाम शिकून जीवनप्रवाहात सामील होणं – हे सारंच हृदयस्पर्शी आहे.

दुसऱ्या भागात वयाच्या विशीत आवासच्या लखूनाना शिंत्रे यांच्या

कन्येशी विवाहबद्ध होऊन आयुष्याच्या नव्या वळणाला लागल्याची हकिकत आली आहे. घोडनदीसारख्या आडगावी ड्रॉईंगमास्तरची नोकरी, आस्ते आस्ते संसारवेलीवर फुलं उमलू लागल्यावरचा आनंद व त्यांच्या केवळ उदरभरणाची जबाबदारी नव्हे तर प्रवाहाविरुद्ध जाऊन त्यांच्या शिक्षणाची तजवीज करताना व मुलींच्याही शिक्षणाची कास धरत प्रवाहपतित होणं नाकारताना आलेल्या कैक प्रसंगांचं वर्णन खरे मास्तरांना असामान्यत्व बहाल करतात. टिळक आगरकरांच्या कर्तृत्वाने भारावून जाऊन पण त्यांच्यासारखी समाजपरिवर्तन अथवा स्वातंत्र्याच्या सुकाणूचं नेतृत्व करण्याची स्वतःची ताकद अपुरी असल्याचा विवेक ठेवून या सामाजिक अभिसरणात एक जागरूक व जबाबदार घटक म्हणून वावरणं तसेच सबंध कादंबरीभर होणारे ऐतिहासिक व राजकीय उल्लेख, विश्लेषणं कादंबरीला झळाळी प्राप्त करून देतात. कुटुंब नियोजनाची साधनं उपलब्ध नसताना दिवसेंदिवस कुटुंबातील सदस्यांची वाढती संख्या, त्यामुळे पत्नी इंदूची फरफट, बदलत्या परिस्थितीमुळे येणारी ओढगस्त, तरीही कामवासनापूर्तीसाठी अगतिक व्हावं लागल्याचं शल्य, लेकींना शिकण्यासाठी परगावी हिंगणे आश्रमात ठेवण्याचा दूरदर्शीपणा आणि मुलामुलींनी शिक्षणात नेत्रदीपक यश मिळवून स्वतःच्या पायावर उभे राहताना घेतलेले निर्णय कुटुंबप्रमुख म्हणून पचवणं, मुलांच्या विश्वात कुवत कमी पडल्यामुळे हळूहळू उपरं होत गेल्याच्या भावनेनं पोखरत जाणं हे सारं वाचताना कालपरिवर्तनाच्या मातब्बरीपुढे स्खलनशील खरे मास्तरांची होणारी तगमग वाचकांच्या हृदयात अगणित तरंग उमटवते.

कृत्रिमता, भडकपणा, अवास्तवता व अवाजवी अलंकारिकता या सर्वांचा मोह टाळून सहजसुंदर रसाळ शैलीत चितारलेले खरे मास्तर, त्यांचं कुटुंब, शेजारपाजार आणि तत्कालीन समाजव्यवस्थेचं चित्रण हा निःसंशय हृद्य अनुभव आहे.

❑

३

उद्धव ज. शेळके

धग

कौतिकची गोष्ट....

उद्धव शेळके (जन्म : ८ ऑक्टोबर १९३० – मृत्यू : ३ एप्रिल १९९२) यांच्या १९६० साली पॉप्युलरतर्फे प्रकाशित झालेल्या 'धग' या वास्तववादी कादंबरीने 'कौतिक'च्या रूपात भारतीय संस्कृतीतील लग्नसंस्थेच्या चिवट बंधामुळे हाकल्या जाणाऱ्या अनंत संसारांपैकी उमरावतीच्या कोण्या एका महादेव शिंप्याच्या संसाराची कहाणी सांगितली आहे. पुरुषप्रधान संस्कृतीनुसार कर्तेपणाची भूमिका महादेवची असतानाही हा भार सोसलाय मात्र कौतिकनं. तालेवार खानदान, शिक्षण, रूप, कर्तृत्ववान नवरा, आशादायी भविष्याची हमी या सगळ्यांची वानवा असून स्वतःतल्या अंगभूत ओजाने ती बिनबोभाट कष्ट उपसत राहते. तिच्यापाशी असलेलं नैतिक बळ अनेक छोट्या प्रसंगांत आपण पाहू शकतो. असामान्यत्वाचा हा स्पर्श आणि त्याचा वैदर्भीय ग्रामीण भाषेतला आविष्कार ही या कलाकृतीची बलस्थानं आहेत.

लग्न होऊन काही काळ माहेरच्या कुटुंबासमवेत व्यतीत करताना कौतिकने गडगंज नसेल पण खाऊनपिऊन सुखी राहणीमानाची चव चाखली आहे. पण 'काऊन काजीनं का, माह्यवालं इथिसा मनच नाई लागत' या महादेवच्या विचित्र मनःस्थितीच्या रेट्यासमोर, भांड्याला भांडं लागणं ही

जगरहाटी विनातक्रार स्वीकारून जन्मभर भाऊ वहिन्यांबरोबर संसार रेटण्याऐवजी नवऱ्याबरोबर ती स्वतंत्र चूल मांडायला निघते. तिनं पोराबाळांबरोबर माहेरी राहावं हे सुचवल्यानंतर क्षणाचा विलंब न करता, 'बाप्पा, भावापासी राहाले लगन केलं काय? तुमी तिथं मी-तुमी गवत कापान त मले पेंडी बांधाची कायची सरम आये?' म्हणत 'अन्नासाठी दाही दिशा' फिरायला सरसावते...

सासरा रघुनाथ शिंपी थोडं समजुतीनं घेता, महादेव श्रमाइतकीच धडाडी दाखवता, मोठा लेक भीमा परिस्थिती उमजून जवाबदारीने वागता तर कौतिकच्या संघर्षाचं चीज होऊ शकलं असतं. पण... साध्या सरळ आयुष्याचं गणित पायरीगणिक चुकत त्यात कौतिकच्या माफक आशाआकांक्षा, ढोर मेहनत आणि बेताच्या परिस्थितीत का असेना पण ताठ मानेने जगायच्या इच्छेलाच खिंडारं पडत जातात. छोटच्या अपयशानंतरही ती सावरते, महादेवने मेहनत करावी, पिढीजात शिंपीकामाच्या आधाराने चार पैसे कमवावेत म्हणून कधी गोडीगुलाबीने चुचकारत तर कधी शाब्दिक पराण्यांनी ढोसत त्याला उद्युक्त करत राहते. मात्र पारंपरिक शिंपीकामाला कल्पकता व आधुनिकतेची जोड न देऊ शकणारा, भीमा बाजारात न्हावीकाम करताना पाहिल्यावर ते हलक्या प्रतीचं ठरवून त्याचा निषेध करणारा, मूळचा अंगचोर, पडखाऊ, निरुत्साही महादेव आणि त्याच्या या दुबळेपणामुळे एकट्याने संसाराचा भार पेलणारी कौतिक वाकत जाते.

भीमाचं वाममार्गाला लागणं, महादेवने न सांगता सवरता धंद्याचा गाशा गुंडाळणं, रगतपिती झाल्यावर साहेबाच्या दवाखान्यात भरती व्हायला परस्पर निघून जाणं आणि नाम्याच्या शिक्षणाची न का होईना पण निदान शिंपीकामाची सोय लावताना गहाण ठेवलेलं शिवणयंत्र मिळवताना झालेला मनस्ताप या सगळ्याने ती कोलमडते. मानेवर झालेली शारीरिक जखम आणि सती म्हणून झालेल्या उल्लेखाचा घाव यांनी पुरती घायाळ होते. दोन लेकरं, नवरा यांच्या कुमकेवर जगाशी दोन हात करायला निघालेल्या कणखर बाणेदार कौतिकची चारपाच वर्षांच्या धकाधकीत रयाच जाते... आणि शेवटी ती भ्रमिष्ट होते. परिस्थितीशरण,

मुरडल्या आणि मुडपल्या गेलेल्या कौतिकच्या स्वप्नांचा मूक आक्रोश आणि हाताशी येऊ घातलेल्या नाम्याचा तिच्या जागी झालेला 'खांदेपालट' अपेक्षित असूनही प्रचंड हादरवतो.

सासऱ्याने असहकार पुकारल्यावर, चोरीचा ठपका ठेवल्यावर त्याच्याशी तारस्वरात हुज्जत घालणारी, बाजारात ऐन खरेदीच्या वक्ताला गव्हाचे पैसे न दिल्याचं बालंट सहन न करता तेच गहू 'घाल तुझ्या मढ्यावर' म्हणत परत ओतणारी, भीमाच्या गैरवर्तणुकीचे अपराध पोटात घालत महादेवालाही त्याला सांभाळून घेण्याची अजिजी करणारी पण तेच शेजारच्या ज्या कासीमने अडीअडचणीत आसरा दिला त्यांच्याच बानोशी आगळीक केल्यावर भीमाचं नाव टाकणारी करारी कौतिक, सासरा वारल्यावर एकट्याने शेजाऱ्यापाजाऱ्यांमार्फत त्याचं क्रियाकर्म धकवून नेणारी, मारवाड्याच्या लांडी-लबाडीवर त्याला जाब विचारताना गाईचं शेपूट धरून शपथ घे असं सांगणारी खमकी व तारतम्य असणारी कौतिक, बाळंतपणानंतरही कामाला जुंपून घेणारी कौतिक आणि तिचा झळाळ अनुभवणं फार हृदयस्पर्शी आहे.

फ्रांझ काफ्का म्हणतो तसं, 'paths are made by walking' ची जाण ठेवून न थांबता अविरत कष्ट उपसणारी कौतिक अर्नेस्ट हेमिंग्वेच्या 'Courage is grace under pressure.' या उक्तीचं डौलदार उदाहरण आहे. या कादंबरीचा पहिला इंग्रजी अनुवाद मॅक्मिलनने २००० साली तर Kautik On Embers हा शांता गोखले यांचाच अनुवाद 'स्पीकिंग टायगर' प्रकाशनाने २०१७ मध्ये प्रकाशित केला आहे. याच कादंबरीवर आधारित स्वतः शेळके यांनीच लिहिलेल्या नाटकाचे थोडेफार प्रयोगही झाले आहेत.

पुस्तकाचं हस्तलिखित वाचून, भाषेमुळे आस्वादात अडसर येऊ शकतो असा अभिप्राय खुद्द लेखकाच्या मित्रांकडून व्यक्त झाल्यावर शेळक्यांनी संपूर्ण कादंबरी प्रमाण बोली भाषेत पुन्हा लिहिली. मात्र वैदर्भीय बोलीचं सामर्थ्य लक्षात घेऊन प्रकाशक रामदास भटकळ यांनी ती मूळ वऱ्हाडी भाषेतच छापण्याच्या निर्णयावर शिक्कामोर्तब केलं. प्रादेशिकता हे कादंबरीचं वाङ्मयमूल्य नसलं तरी वऱ्हाडी बोलीमुळे तिची

सरसता, आवाहकता आणि परिणामकारकतेचा स्तर कमालीचा उंचावला गेला आहे. या निवेदनाचा सूर कुठेही भावबंबाळ, अतिरंजित, बटबटीत आणि भडक होत नाही.

कौतिकचा झगडा आणि तिचं पराभूत न होणारं 'स्पिरिट' यांतली धग वाचकांना अंतर्बाह्य अस्वस्थ करते.

❑

४

राजन गवस

ब–बळीचा

भारत एक कृषिप्रधान देश आहे हे आपण लहानपणापासून पुस्तकात वाचतो. शहरातल्या पांढरपेशांचा शेतकरी वर्गाशी येणारा संबंध भूगोल, समाजशास्त्र, अर्थशास्त्राच्या पुस्तकांतून, वर्तमानपत्रांतल्या शेतकरी संघटना, मोर्चे व आत्महत्यांच्या बातम्यांपुरता किंवा फार तर अन्नधान्य, भाजीपाला, फळं यांच्या दरवाढीने त्रस्त होऊन चरफडण्यापर्यंत मर्यादित असतो. शिवाय व्यापारी व राजकारणी यांच्या नफ्यातोट्याच्या व आंतरजातीय व्यवस्थेतील असूयेच्या रंगात मिसळल्यामुळे तो बराचसा पूर्वग्रहदूषितही असतो.

पॉप्युलरने राजन गवस यांची 'ब–बळीचा' ही कादंबरी २०१२ साली प्रकाशित केली. साहित्यातून शेतकरी जीवनावर टाकलेला झोत आणि शेती आधारित समाजव्यवस्थेतील अनुभवलेल्या दाहक व्यवस्थेतून निघालेले उद्‌गार व त्यामुळे समृद्ध झालेले साहित्य असा हा रंजक गोफ आहे.

कादंबरीचा केंद्रबिंदू कल्लाप्पा कोणेकरी 'missing' अर्थात हरवला आहे. आत्मपरीक्षणाच्या वाटेवरचा ज्ञात प्रवास आणि त्याचं परागंदा होणं याची तार्किक संगती लावताना त्याचा मित्र उप्पेनबेटगिरीमधला भांड्यांचा दुकानदार दीपुशेठबरोबर या शोधकार्यात आपणही नकळत गुंतत जातो.

'ब-बळीचा' यातला बळी सकृत्दर्शनी बळीराजा म्हणजे शेतकरी असला तरी हा व्यवस्थेने घेतलेला बळी आहे, हे मला अधिक सुसंगत वाटतं. कोणेकरी शेतकरी कुटुंबातून येऊन शिकला, तहसील कार्यालयात रुजू झाला. पुस्तकं वाचायचा नाद आणि मूळच्या संवेदनशील वृत्तीमुळे अस्वस्थ होण्याइतपत त्याचा आतला आवाज बुलंद आहे. एकीकडे पदोपदी अनुभवायला मिळणारं कार्यालयातल्या भ्रष्टाचाराचं बीभत्स रूप, शिकल्यावर शेतकरी कुटुंबात पडणारं भेदभावाचं भगदाड यांमुळे उद्विग्न अवस्थेत त्याने, 'उफराळ' नावाची शिणेमाची पटकथा लिहायला घेतली असल्याचे खुलासे शोधमोहिमेत मिळालेल्या डायरीतून वाचकांसमोर येतात. 'उफराळ'चा नायक आडव्याप्पा शिणगारे, शेती, शिक्षण, सहकार चळवळ, जात व्यवस्था, कलाप्रांगणात घडणारं ग्रामीण दर्शन, यांत आमूलाग्र बदल घडण्या व घडवण्याच्या तळमळीतून ज्योतीरावांशी पत्ररूपी संवाद आणि आत्मचिंतन यांचा जमलेला फक्कड रस्सा या कादंबरीत आपण चाखतो.

'शोध घेणं' हेच या कलाकृतीचं बलस्थान आहे. सुव्यवस्था लावण्याच्या भानगडीत अखंड मानवजात नैसर्गिक समतोल, सामाजिक विभाजन, पारतंत्र्य, विषमता यांविषयी आपापल्या भूमिकांतून उत्तरं शोधत इथवर आली आहे. या प्रवासात श्रम आणि शिक्षण यांच्या विभागणीतून श्रमाचं अवमूल्यन झालं तर पोपटपंची आणि माहितीच्या भडिमारात ज्ञानाची हवी तशी कास धरली गेली नाही. यच्चयावत सत्ताधारी स्वतःच्या तुमड्या भरायला याचा सोयीस्कर वापर करू लागले. ही कादंबरी समाजव्यवस्थेच्या या चक्रव्यूहाची मांडणी समजावून सांगणारी म्हणून जशी महत्त्वाची आहे तशी कादंबरीच्या रचनेत एकात एक गुंतलेल्या समांतर आयुष्यांची गुंफण नावीन्यपूर्ण रितीने उलगडणारी आहे. कादंबरीसाठी वेगवेगळे आठ अक्षरनमुने (fonts) वापरून नाटकांत होणारी फिरत्या रंगमंचाची ही करामत लेखक इथे साधतो.

कादंबरीची समीक्षा किंवा आकलन करताना कुरुंदकर म्हणतात तसा, 'वाङ्मयीन आढावा त्या वाङ्मयकृती जे प्रश्न उपस्थित करतात त्यांचा विचार करत घ्यावा लागतो.' ज्योतीरावांची १) सर्व वर्गातील ब्राह्मण वर्ग उपस्थितीमुळे शेतकऱ्याचे शोषण होते, २) स्त्रीशिक्षणामुळे सामाजिक

वर्तनात नैतिकता जोपासली जाईल, ३) शिक्षण प्रसारामुळे दारिद्र्य जाईल, ४) सरकारच्या शासनाखाली शेतकऱ्यांची स्थिती पालटेल आणि ५) शेती उद्योग नसून संस्कृती आहे; ही मतं उदाहरणांसहित कोणेकरी खोडून काढत आहे.

'आजमितीस सर्व खात्यांत ब्राह्मण वगळता आलुते, बलुते, फिरस्ते, शेतकरी या कुलांत जन्मलेले लोक नोकरीस लागले असून ते आता प्रशासनातील सर्वेसर्वा बनले आहेत. स्त्रियांच्या व बहुजनसमाजाच्या प्रशासनातील सहभागामुळे प्रश्न सुटले तर नाहीतच शिवाय भ्रष्टाचार बोकाळतच चालला आहे.' (पृ. ९६)

'शिक्षणाचे वाभाडे काढण्यातही खेडोपाडीचे भुरटे नेते कुठेही कमी पडत नाहीत. ना क्रीडांगणाचा पत्ता ना प्रयोगशाळेचा. तरी मुलं पास होतात. असे पदवीधर शेती श्रमासाठीही कुचकामी ठरतात.'

'म्हस दूध द्यायची बंद झाली की इंजेक्शन देऊन मारायची. विम्याचे कागद तयार' (पृ. २३८)

'सरकारी यंत्रणा आणि धोरणांनी हरितक्रांतीचं गाजर दाखवून या संस्कृतीला देशोधडीला लावलं. 'भरपूर उत्पादनाच्या हव्यासाने शेतकऱ्यांच्या घरात नवनव्या हायब्रीड जाती घुसवून त्यांना अचंबित करून टाकले. परिणामी आपली देशी बियाणे सांभाळून ठेवली पाहिजेत याची आठवणही राहिली नाही.' (पृ. २१२)

कादंबरीत आलेले माडीवरच्या महाराजांचे पात्र जातपात न मानणारे, रासायनिक खतांना विरोध करून शेती संदर्भात प्रयोग करणारे आहे. शेती व समाज समस्येबाबत महाराजांचे निष्कर्ष परिस्थितीवर तोडगा शोधू शकतील अशी मनीषा कोणेकरी बाळगून आहे. त्यातच चिंगऱ्या आणि म्हातारबाबा या धनगरांच्या रूपाने आदिवासी व वनखात्यातला संघर्षही कोणेकऱ्यासमोरचं अस्तित्वावर पडलेलं बहुपेडी समस्यांचं जंजाळ गहिरं करतो.

कादंबरीच्या शेवटी डायरीतल्या पानावरील मजकुरात कोणेकरी शंकराचार्य, गौतमबुद्ध, महावीर, पैगंबर यांना ज्ञान, धर्म आणि शेतीचा परस्परसंबंध समजवायला सांगतोय. जगातल्या कष्टकऱ्यांचा श्रम हाच धर्म

असेल तर त्यांच्या श्रमावर जगणारे ह्या पुस्तकी धर्माची मांडणी का करतात? शेतकऱ्याला असल्या धर्माची गरज असते असं कसं सिद्ध करता येईल? मग धर्म कुणाची खाज?' मला व्यक्तिशः हा उद्वेग आततायी आणि काहीसा भरकटलेला वाटतो. तत्त्वज्ञान आणि धर्म विशद करताना शंकराचार्य, बुद्ध, महावीर यांनी निसर्ग आणि मानवाचं परस्परावलंबित्व, श्रम, अभ्यास, सौहार्द टिकवण्यासाठी षड्रिपू आणि मानसिक विकृतींवर भाष्य केलं ते विवेकी आचरणाच्या माध्यमातून.

अर्थात ही पंचायत सोडवण्याच्या प्रेरणेतूनच कोणेकरी समस्त व्यवस्थेच्या असमाधानाला वाचा फोडतोय. त्यामुळे बरंच काही करायला प्रत्येकाला अजूनही वाव आहे, हे बिंबवणं हेच या कादंबरीचं निर्विवाद यश आहे असं मी म्हणेन.

❑

५

अनिल बर्वे

थँक यू मिस्टर ग्लाड

मराठी कादंबरीतील एक मैलाचा दगड म्हणजे १९७५ साली पॉप्युलरतर्फे प्रकाशित झालेली अनिल बर्वे यांची पहिलीच कादंबरी 'थँक यू मिस्टर ग्लाड' अवघ्या ब्याण्णव पानांत मिस्टर ग्लाड आणि फाशीची सजा मिळालेला नक्षलवादी वीरभूषण पटनाईक यांच्यातलं द्वंद्व वाचकांची अशी गच्च पकड घेतं की आपणही नकळत 'वेल डन मिस्टर ग्लाड!' ही पावती देतो.

एरवी राजमहेंद्री सेंट्रल जेलच्या गुन्हेगारी व कायदा यांच्या साहचर्यात ग्लाडचा वावरही तसाच थरकाप उडवणारा आहे. आधी ब्रिटिश सत्ता आणि मग हिंदुस्थानी शासनामध्ये कैद्यांना बुटाचे सोल फाटेपर्यंत मारणं, पाठीवर दंडा मोडल्याशिवाय टिफिनला हात न लावणं, पंटर व चिंधीचोरांना एकाच थोबडवण्याने चड्डीत मुतवणं आणि अठ्ठावीस वर्षांच्या सर्व्हिसमधे दीड दोनशेंना हँग करण्याचं काम चोख करून जेलर ग्लाडने स्वतःचं इमान कर्तव्यकठोरपणे बजावलं आहे. त्याच्या दहशतीचा अंमल तिथल्या व्यवस्थेवरच नाही तर आजूबाजूच्या परिसरातील पक्ष्यांच्या स्वच्छंद विहारावर होणं याचा लेखकाने वारंवार भयसूचकतेच्या मुखड्याप्रमाणे केलेला पुनरुच्चार वातावरणनिर्मितीला पोषक होतो.

यातील नाट्याला सुरुवात होते ती, कैदी नंबर आठसो बयालीस,

डेथ सेंटेन्स, नाम वीरभूषण पटनाईक, उमर वर्षे अदमासे तीस च्या जेल आगमनापासूनच. फाशीच्या शिक्षेमुळे अगतिक झालेले आणि स्वतःच्या हिंस्र वागणुकीने पुरते मेटाकुटीला आलेले कैदी पाहण्याची सवय असलेल्या ग्लाडला पहिल्या भेटीत चारमिनार देऊ करणाऱ्या आणि फाशीच्या किरकोळ दोरखंडाने जिरणारी पुचाट मस्ती नव्हे तर कम्युनिस्ट विचारसरणीवर नितांत श्रद्धा ठेवून सशस्त्र क्रांतीमार्गे जुलमी शासन उलथवण्यासाठी वेदनांची तमा न बाळगणाऱ्या वीरभूषणचं पाणी निराळंच असल्याची जाणीव पोखरू लागते. तरीही आपल्या दंडाच्या इंग्यासमोर वीरभूषणला नमवता येईल हे मनसुबे रचणारा ग्लाड म्हणजे जे. कृष्णमूर्ती म्हणतात तसं, 'The constant assertion of belief is an indication of fear' चं उदाहरण.

पटनाईक व बायकोच्या भेटीदरम्यान स्वतःचा 'जुलमी, असंस्कृत' हा उल्लेख ऐकून कोणाच्या बापाला भीक न घालणाऱ्या ग्लाडची मरियम, अर्थात बायकोवर, गेस्टापोंकडून झालेल्या छळा आणि अन्यायाविरुद्ध नेभळटासारखा प्रतिकार न केल्याची जुनी जखम भळभळायला लागते. पटनाईकच्या मृत्युपत्रातील, माणसाच्या कामी येऊ शकतील असे माझ्या शरीराचे सर्व भाग काढून उरलेल्या निकामी शरीराची कोणालाही त्रास न देता विल्हेवाट लावावी, हा मसुदा तर ग्लाडने परिस्थितीपुढे शरण जाऊन मरियमवरचा अन्याय सहन केल्याच्या शल्यामुळे नामोहरम व्हायचा क्षण. त्या अक्षम्य अपराधाच्या परिमार्जनाची संधी वीरभूषणच्या रूपात त्याच्यापुढे आली आहे. पोरगा वाह्यात आहे पण सिन्सियर आहे असं म्हणत त्याने मर्सी पिटीशन अर्थात दयेचा अर्ज करण्यासाठी वापरलेले सामदामदंडभेद, नक्षलवाद्याच्या करारी बायकोला न कळता देऊ केलेली मदत, आत्मपरीक्षणाच्या वाटेवर तुरुंगातील इतर कैद्यांविषयी व्यक्त झालेली सहवेदना व कळकळ, लाडक्या लेकीचं बाळंतपण सुखरूप पार पडावं म्हणून कातर झालेला बाप–व्यक्तिमत्त्वाच्या अशा विविध छटांमुळे ग्लाड विलक्षण जिवंत झाला आहे.

या चढत्या आलेखाची अपेक्षापूर्ती करणारा कादंबरीचा शेवट हे तिचं निर्विवाद बलस्थान आहे. फाशीच्या आदल्या रात्री अडलेल्या जेनीची

सोडवणूक करण्यासाठी उत्तम सर्जन असलेला नक्षलवादी हाच एकमेव पर्याय उपलब्ध आहे. तशात पटनाईककडून जेनीची सुखरूप सुटका झाल्यावर त्याला नियमाविरुद्ध पळायला मदत करण्यामुळे नक्षलवाद्याच्या दिव्याला आणि पश्चात्तापदग्ध ग्लाडच्या अन्यायाविरुद्ध आवाज उठवताना होणाऱ्या परिणामांची पर्वा न करण्याच्या या उन्नयनाला खचितच कमीपणा आला असता. अशा वेळी 'पेटी ब्युरोक्रॅट'ची बोच विसरून विरुद्ध पक्षाच्या छाताडात, कॉम्रेड म्हणत गोळ्या घालून दिलेली मानवंदना, वीरभूषण पटनाईकने 'थँक यू मिस्टर ग्लाड!' म्हणत स्वीकारलेलं हे अभिवादन आणि शेवटी खुनाच्या आरोपावरून ग्लाडची तुरुंगात झालेली रवानगी याची अभूतपूर्व परिणामकारकता वाचकांनी स्वतः अनुभवावी.

फ्योडोर डोस्टोवेस्की यांच्या 'Crime and Punishment' च्या जातकुळीशी साधर्म्य दाखवणारा; 'to go wrong in one's own way is better than to go right in someone else's' पासून; 'The man who has a conscience suffers whilst acknowledging his sin. That is his punishment.' पर्यंतचा मिस्टर ग्लाडचा प्रवास अत्यंत मनोवेधक असाच आहे.

❑

६

रामदास भटकळ–मृदुला जोशी

पॉप्युलर रीतिपुस्तक

युरोपातल्या 'रेनेसान्स' चळवळीतील एक महत्त्वाचा आविष्कार म्हणजे योहान गुटेनबर्गने लावलेला छपाईयंत्राचा शोध! १४३९ साली पुस्तक छपाईयंत्र व त्याद्वारे झालेल्या पुस्तकमुद्रण विकसनामुळे प्राचीन काळी मौखिक व तदनंतर केवळ हस्तलिखितांद्वारे संक्रमित होऊ शकणारे ज्ञान जिज्ञासूंपर्यंत पोचण्याचा राजमार्ग खुला केला गेला. आपल्यापैकी जवळपास प्रत्येकजण या देदीप्यमान वाचनसंस्कृतीशी जोडला जाऊ शकला तरी हे तंत्रज्ञान हिंदुस्थानात घराघरांत मान्यता पावण्यासाठी तब्बल सतरावे/अठरावे शतक उजाडले. वळणदार अक्षरांत लिहिलेल्या धार्मिक ग्रंथांपासून ते आज ई-बुक्स, ऑडियो बुक्सपर्यंतचं टप्प्याटप्प्याने होत गेलेलं स्थित्यंतर अतिशय रंजक व अभ्यासण्याजोगे आहे.

मराठी पुस्तकांसंदर्भात बोलायचं तर गेली सुमारे अडीचशे वर्षं पुस्तकं वाचकांचं सुजाण संगोपन करत आहेत. लेखकाने विषय कागदावर उतरवल्यानंतर संपादक, प्रकाशक व मुद्रकाला त्यावर संस्कार करावे लागतात. पुस्तकनिर्मिती सुलभ व्हावी या हेतूने शिकागो युनिव्हर्सिटीच्या 'दि शिकागो मॅन्युअल ऑफ स्टाईल' या ग्रंथाची पहिली आवृत्ती १९०६ साली प्रसिद्ध केली गेली.

लवकरच म्हणजे २०२४ मधे शतकपूर्तीपर्यंत वाटचाल करणाऱ्या 'पॉप्युलर' प्रकाशनाचा इंग्रजी व मराठी प्रकाशनातला अधिकार दांडगा असाच आहे. सातत्याने दर्जेदार पुस्तकनिर्मिती करताना गाठीशी जमलेला हा अनुभव व निर्मितिप्रक्रियेत इंग्रजी प्रकाशकांनी रुजू केलेली शिस्त बदलत्या मुद्रण पद्धतीत बाणवण्यासाठी संदर्भग्रंथाची निकड लक्षात घेऊन, लेखक प्रकाशक रामदास भटकळ व त्यांची दीर्घकालीन सहकारी मृदुला जोशी यांनी २०१५ साली 'पॉप्युलर रीतिपुस्तक' लिहिताना पुस्तक निर्मितीचा निर्विवादपणे सर्वंकष विचार केलेला दिसतो.

मुद्रणप्रत तयार करण्यापासून वापरायचे टाइप, चित्रं, छायाचित्रं, आकृती, तक्ते, शीर्षकं इत्यादी यांत प्रमाणबद्धता आणण्यापासून लेखक, संपादक, मुद्रक आणि प्रकाशक यांतला समन्वय साधण्यापर्यंत सर्व बाबींचा वेध या पुस्तकात घेतला आहे. यांमधील व्यावहारिक गोष्टींची कागदोपत्री पूर्तता करण्यासाठी आवश्यक नमुनेही इथं दिले आहेत.

मुद्रितशोधनासंदर्भात यापूर्वी पुणे प्रेस असोसिएशनतर्फे श्री य. अ. धायगुडे यांनी वर्ग घेऊन एक पुस्तकही प्रसिद्ध केलं होतं. श्री अरुण फडके यांनीही या विषयावर सखोल काम केलं आहे. 'संवाद' हे मूळ प्रयोजन असलेली कुठलीही भाषा नित्य नवीन कात टाकत असते. तशीच तंत्रज्ञानाची दिवसेंदिवस चाललेली घोडदौड लक्षात घेता प्रत्येक पुस्तक तयार होईपर्यंत असंख्य व्यवधानं ठेवावी लागतात. मुखपृष्ठ, मलपृष्ठ, संख्या कशी लिहिली जावी (अक्षरी की आकडी?), संदर्भ सूचीची मांडणी इत्यादी अनंत गोष्टींची चर्चा पुस्तकाच्या गुणवत्तेत भर घालतात. गेली सहा दशकं रामदास भटकळ यांच्यासारखे प्रकाशन व्यवसायातील मानबिंदू, ज्यांनी उत्तमोत्तम पुस्तक निर्मितीच्या ध्यासाने झपाटून जाऊन सहकारी संपादिका मृदुला जोशी यांच्याबरोबर 'पॉप्युलर रीतिपुस्तका'त हा सारा अनुभव मांडला आहे; त्यांच्या मते आपापल्या सोयीनुसार प्रत्येक प्रकाशन संस्थेने आवश्यक ते बदल जाणीवपूर्वक करत मराठी भाषा व मुद्रण प्रकाशन संवर्धनाबाबत जागरूकता दाखवायला हवी.

'पॉप्युलर रीतिपुस्तक' २०१६ च्या महाराष्ट्र वाङ्मय पुरस्काराअंतर्गत

'नरहर कुरुंदकर' पुरस्काराने व महाराष्ट्र साहित्य परिषद, पुणे यांच्या शरच्चंद्र भालेराव पुरस्काराने गौरवान्वित झाले आहे.

दर्जेदार लेखक, प्रकाशक, संपादक, मुद्रक ते चोखंदळ वाचक घडण्यासाठीचे परिपूर्ण गर्भसंस्कार देऊ करणारं 'पॉप्युलर रीतिपुस्तक' हे मराठी भाषा व साहित्यविश्वासाठी अनमोल नजराणा आहे.

❑

७

डॉ. चंद्रकांत वागळे

डॉक्टर

'डॉक्टर' हे डॉ. चंद्रकांत वागळे यांचं आत्मचरित्र पॉप्युलरने २००४ साली प्रकाशित केलं. लेखकाने ऋणनिर्देशात म्हटल्याप्रमाणे, 'These are private words addressed to you in public', - T. S. Eliot. अर्थात आपला लाडका नातू मिहिर उर्फ झंपूराव याच्यासाठी आजोबांनी बांधलेला हा आठवणी व चिंतनाचा भक्कम पूल. एकूण सात प्रकरणांत विभागलेलं हे हितगूज!

लेखकाच्या नाट्यवेडाचा प्रत्यय देणारं पहिलं प्रकरण, 'प्रयोगाची जुळवाजुळव'. यामध्ये मध्यमवर्गीय कौटुंबिक पार्श्वभूमी, आर्थिक परिस्थिती, मित्रमंडळी आणि वयानुरूप आवडी व छंदाविषयीचं प्रसन्न लिखाण आहे. अधेमधे येणाऱ्या नर्म विनोदी झुळका लेखनातलं चैतन्य अबाधित ठेवतात. 'आई शीघ्रकोपी होती. माझ्या शरीराचे निरनिराळे अवयव आणि तिचे हात यांची अनेकदा भेट होत असे. या भेटी प्रत्येक वेळी आनंददायी होत्या असं मला म्हणता येणार नाही.' किंवा 'माझ्या या भूमिकेनंतर रंगभूमीला एक दर्जेदार विनोदी नट मिळाला याची मला खात्री पटली. पण रंगभूमीचे नशीब एवढे बलवत्तर नव्हते.'

याच प्रकरणापासून केलेली बदलत्या सामाजिक परिस्थितीवरील मार्मिक शेरेबाजी कटुतेऐवजी विचारप्रवर्तक असल्यामुळे वाचक इथं उपस्थित केल्या

गेलेल्या एकाही मुद्द्याला नजरअंदाज करू शकत नाही.

वानगीदाखल, 'आजच्या विद्यार्थ्यांची कॉलेज, क्लासेस, ट्यूशन्स करताना होणारी दमछाक पाहता मी तुझ्या आधी साठ वर्षे जन्मलो हे माझं नशीबच म्हणायचं', 'डॉक्टरची असंवेदनशीलता हे वैद्यक व्यावसायिकांच्या अधोगतीचं कारण आहे', 'झंपूभाई, हल्लीचे डॉक्टर्स तंत्रज्ञानाचे गुलाम झाले आहेत असं माझ्या पिढीतल्या डॉक्टर्सना वाटतं यात आमची काही चूक होते असं तुला वाटतं का?'

निवासी डॉक्टरांचा प्रश्न असो किंवा कॉर्पोरेशनच्या पूर्णकालीन सेवेतल्या डॉक्टरांची कार्यपद्धती असो, हे चिंतन अतिशय परखड व चिरस्थायी महत्त्वाचं आहे. अत्यंत विस्ताराने आणि तरीही नेमकेपणे लिहिलेली वैद्यकशास्त्राची प्रगती, १९६० च्या दशकातील वैद्यकीय शिक्षणपद्धती, तिचे फायदे तोटे, त्यात हळूहळू होत गेलेला बदल, आधुनिक वैद्यकाचा पाया, त्याविषयीचे समज गैरसमज, त्याचा विकास, डॉक्टर्सची जीवनशैली, वागणूक व कार्यपद्धतीचा परामर्श हे या आत्मचरित्राचं बलस्थान आहे.

लोकमान्य टिळक अर्थात सायन हॉस्पिटलमधे साहाय्यक बालरोगतज्ज्ञ म्हणून नेमणूक, त्याबरोबर दुपारी लार्सन-टूब्रोचे आरोग्यकेंद्र, संध्याकाळी दादरला खासगी क्लिनिक असा हा धावपळीचा प्रवास कौटुंबिक व व्यावसायिक जबाबदाऱ्या आणि घडामोडींसह विलक्षण वस्तुनिष्ठपणे सांगणं हे 'डॉक्टर'चं निर्विवाद यश आहे.

'गृहिणीपद सांभाळणारी स्त्री अप्रत्यक्षपणे पतीच्या आर्थिक कमाईला हातभार लावत असते म्हणून पतीच्या कमाईतील अर्धा वाटा पत्नीचा असावा याची कायदेशीर तरतूद असावी असं माझं मत आहे', 'प्रात्यक्षिकांच्या परीक्षेत माझा सर्व भर क्लिनिकल तपासणीवर असायचा. विद्यार्थी विकाराच्या निदानाकडे पोहोचला कसा हे त्याने मला सांगावं अशी माझी अपेक्षा असे.' किंवा 'आयुर्वेद, होमिओपॅथी, युनानी, रेकी, वनौषधी इत्यादी वैद्यकप्रणालींवर टिप्पणी करताना, 'निरीक्षण व तर्क या दोन आधारांवरच इतर प्रणालींचा डोलारा उभा असतो. पुरावाधिष्ठित म्हणजे evidence based medicine म्हणतात त्याचा मागमूसही इथे सापडत नाही.'

'या विवेचनाचा मथितार्थ हा की, सामान्य माणसाने आपला शास्त्रीय दृष्टिकोन सतत शाबूत राखला पाहिजे.' हे वाचल्यावर डॉ. वागळे यांच्या पकडीतून एकही कळीचा मुद्दा सुटला नाही याचं सुखद प्रत्यंतर येतं.

नातवाला 'सांगेन गोष्टी युक्तीच्या चार', म्हणणाऱ्या आजोबांच्या संवादाचा शेवट; 'वैद्यकशास्त्र मानवनिर्मित असल्याने त्याला मानवी परिमाण आहे. त्यामुळे माणसाने निर्मिलेलं शास्त्रदेखील परिपूर्ण असणं शक्य नाही. 'I treat, he cures' म्हणणारा डॉक्टर नक्कीच नम्र आहे. पण त्याचबरोबर तो तर्कशुद्ध विचारसरणीचा आहे', असा विवेकसंपन्न झाला आहे.

वैद्यकीय क्षेत्रात गेल्या पन्नाससाठ वर्षांतल्या प्रगतीचा आढावा घेताना, बोकाळलेली रिझर्वेशन्स व त्याचे सामाजिक परिणाम, 'फॅमिली डॉक्टर' नामक अस्तंगत होत चाललेला आधारस्तंभ, अद्ययावत तंत्रज्ञान भरतीबरोबर अपरिहार्यपणे अनुभवायला मिळणारी डॉक्टर व रुग्णातल्या विश्वाससंबंधाची ओहोटी; या सावटांमुळे वातावरण गढूळ झालं असताना रुग्ण व डॉक्टर यांच्या संबंधात आमूलाग्र बदल घडवण्यासाठी प्रत्येक स्तरातून जाणीवपूर्वक होत जाणारे जातपातनिरपेक्ष, गुणवत्ताप्रणीत संरचना प्रस्थापित करणारे प्रयत्न ही आजची गरज आहे.

डॉ. वागळ्यांच्या लेखनावर झालेलं प्रकाशकीय संस्करण इतकं दर्जेदार आहे की त्याचा उल्लेख अटळ आहे. मुखपृष्ठ, प्रकरणाआधी डॉक्टरांच्या लेटरहेडवर त्यांच्याच हस्ताक्षरातील मजकूर शीर्षकासह देण्यात प्रकाशकीय कलादृष्टीचा नमुना आपण पाहू शकतो. देखणं, वाचनीय व चिंतनीय असं हे आत्मचरित्र 'डॉक्टर' आपण जरूर अनुभवाल ही आशा!

❑

८

डॉ. वि. ना. श्रीखंडे

... आणि दोन हात

शल्यचिकित्सेचे आद्य जनक सुश्रुत, यांनी 'सुश्रुत संहिते'त तीनशेच्या जवळपास शस्त्रक्रिया व एकशेवीसच्या आसपास शल्ययंत्रांची माहिती दिली आहे. त्यांचा काळ इ. स. पूर्व ६०० दरम्यान मानला जातो. या सुश्रुत संचिताचा सदुपयोग करत ज्ञानार्जन व मानवकल्याणाचा वसा घेतलेल्या मोजक्या शल्यचिकित्सकांपैकी एक म्हणजे डॉ. वि. ना. श्रीखंडे. '... आणि दोन हात' हे त्यांचं आत्मकथन पॉप्युलर प्रकाशनतर्फे जानेवारी २००९ मधे प्रकाशित झालं. आणि लगोलग एप्रिल २००९ मधेच दुसरी आवृत्ती निघालेलं असं हे वाचनीय तितकंच संग्राह्य पुस्तक!

'डॉक्टर' या डॉ. चंद्रकांत वागळे यांच्या आत्मकथनात संयतपणा होता तर '...आणि दोन हात'चं निवेदन ओघवतं, गतिमान आणि कमालीचं सहजसुंदर आहे. पराकोटीची स्वाभाविकता व सार्थ आत्मविश्वास यांमुळे डॉक्टर श्रीखंडे वाचकांशी जिव्हाळ्याचं नातं निर्माण करतात. पुस्तकाची सुरुवात सिनेमाच्या भाषेत बोलायचं तर फ्लॅशबॅक तंत्राने होते.

कोल्हापूरचा जन्म, मॅट्रिकपर्यंतचं शिक्षण बेळगावात, इंटरसायन्स पुण्यात फर्ग्युसनमधून तर मुंबईच्या ग्रँट मेडिकल कॉलेजमध्ये एम. बी. बी. एस. नंतर जी. टी. हॉस्पिटलमधून रजिस्ट्रार पदांतर्गत शस्त्रक्रियांचा अनुभव. लंडन व एडिंबरा येथील अतिशय अवघड व प्रतिष्ठित अशा दोन

एफ. आर. सी. एस. परीक्षा पहिल्याच प्रयत्नात यशस्वी व पुढील चार वर्षं शस्त्रक्रियांचा दांडगा अनुभव मिळवलेल्या डॉ. श्रीखंडे यांनी मायदेशी येऊन मुंबई हेच आपलं कार्यक्षेत्र निवडलं. आणि १९६१ ते २००५ इतक्या प्रदीर्घ कालावधीत हजारो शस्त्रक्रियांमार्फत कित्येक रुग्णांना आयुरारोग्य मिळवून देणं हा स्वप्नवत वाटावा असा प्रवास! दरम्यानच्या अनुभवाच्या पार्श्वभूमीलाही प्रचंड विस्तृत असा भौगोलिक पट आहे. वेदनेचं मूळ आणि रोगाचं कूळ अचूक शोधून कर्तव्यदक्षतेने, केवळ आवश्यक तेव्हाच पण प्रसंगी प्रतिकूल परिस्थितीत न डगमगता योग्य निर्णय घेऊन यशस्वी शस्त्रक्रिया करणाऱ्या जगभरातील मोजक्या नावाजलेल्या सर्जन्सपैकी एक म्हणजे डॉ. श्रीखंडे.

त्यांच्या अफाट अनुभवांच्या जोडीने केलेलं मूल्यचिंतन, साथीला असलेलं श्रद्धा व नीतिमत्तेचं पाठबळ आणि व्यक्तिमत्त्वातील संवेदनशील कंगोरा यांचं बिंब वाचनात ठायी ठायी प्रत्ययाला येतं. व्यावसायिक महत्त्वाकांक्षा, तडजोडी, दिवसेंदिवस ढासळणारी नीतिमत्ता, देशविदेशात शल्यचिकित्सेकडे बघायचा बदलता दृष्टिकोन, सर्जन्ससमोरची आव्हानं यांचा गेल्या साठ वर्षांतील आढावा याचं महत्त्व सुज्ञ वाचक सहज समजू शकतो.

ज्यांनी अशा विविध क्षेत्रांतील कर्तबगार हातांना लिहितं केलं व त्यामागे व्यावसायिक गणितांपेक्षा उत्कृष्ट साहित्य निर्मितीचा ध्यास बाळगला असे ज्येष्ठ प्रकाशक, पॉप्युलरचे श्री. रामदास भटकळ यांच्या कार्यातील गुणवत्तेच्या श्रेयावर श्रीखंडे यांच्या '...आणि दोन हातांनी'ही निःसंशय मोहोर उमटवली आहे.

❑

९

सदानंद भटकळ

सदानंदयात्रा

हे केवळ पॉप्युलरचं प्रकाशन नसून पॉप्युलरच्याच सदानंद भटकळ यांच्या, 'प्रिय रसिक' मधील 'सदानंदयात्रा' आणि 'स्मृतीची चाळता पाने' ह्या सदरांतील लेखांचं संकलन आहे. हे केवळ एका व्यक्तीचं आत्मकथन नसून कुटुंब परिवार आणि पॉप्युलरसारख्या संस्थेच्या उभारणीपासून ते विस्तारापर्यंतची कहाणी आहे.

मध्यमवर्गीय चित्रापूर सारस्वत घरातल्या चालीरिती, व्यवसायाभिमुख खटाटोपांची फक्त हौस नसून ग्रंथविक्री ते ग्रंथनिर्मिती असा प्रवास, संस्था निर्माण करून त्यांद्वारेच संशोधन, सहकारी तत्त्वांचा अंगीकार, व्यावसायिक शिक्षणाचा आग्रह, सामाजिक बांधिलकीचा वस्तुपाठ आणि हे करण्याची तीन पिढ्यांची नित्यनूतन ऊर्मी, सारंच वैभवशाली तितकंच रंजक; व्यवसायाची सुरुवात करणं, त्यात जम बसवणं आणि त्याला प्रगतिपथावर नेणं या तीनही गोष्टी आपापल्या परीने अत्यंत वेगळ्या, पण महत्त्वाच्या. सदानंदांनी आपल्या वडिलांप्रमाणेच लहान वयापासूनच पॉप्युलर बुक डेपोचा विस्तार, स्वत:चं लेखन, १९४६ मध्ये एम. ए. एल. एलबी. पर्यंतचं शिक्षण, ग्रंथकर्मी, 'The Indian Publisher and Bookseller' चे संपादन, फेडरेशन ऑफ दी बुकसेलर्स ॲण्ड पब्लिशर्स असोसिएशन्स इन इंडियाची स्थापना, कॅनरा सारस्वत असोसिएशन, शामराव विठ्ठल

को-ऑपरेटिव्ह बँक सारख्या संस्थांमध्ये मोलाची कामगिरी असा नेत्रदीपक प्रवास केला आहे. बालपण, आजोळी घालवलेल्या सुट्या आणि व्यवसायांतर्गत ध्येयनिष्ठेचे हे प्रवासवर्णन त्यांच्याच तोंडून ऐकणं हा दुग्धशर्करा योग आहे. इथं कुटुंबीयांच्या विविध तऱ्हा आहेत, तशीच डॉ. सर्वपल्ली राधाकृष्णन, डॉ. जी. एस. घुर्ये, प्रा. दामोदर धर्मानंद कोसंबी, अनन्तराव नाडकर्णी यांसारख्या महान व अजब व्यक्तींचीही स्वभाववर्णनं आहेत. 'सदानंदयात्रे'चं वैशिष्ट्य, एका शब्दात सांगायचं तर मीच्या सोबतीला असलेल्या आम्ही किंवा आमच्या उपद्व्यापात दडलंय आणि हेच फार सुखद आहे. रूढार्थाने पूर्ण नसलेल्या या आत्मकथनाच्या अपूर्णतेची गोडी वाचकांना नक्कीच खिळवून ठेवील यात शंका नाही.

❑

१०

प्रभाकर पाध्ये

तोकोनोमा

भग्न शिवालय परिसर निर्जन
पळस तरूंचे दाट पुढे बन
तरुवेली करितील गर्द झूला....

ठरावीक कालावधीनंतर मला लागणारे भटकायचे वेध आणि या ओळींचा काहीतरी अनवट संबंध असावा. आदिमानव पूर्वापारपासून मूलभूत गरजा भागवण्यासाठी भटकंती करत असे. संस्कृती विकसनाबरोबर स्थैर्य आलं तरी कामकाजानिमित्त अथवा दैनंदिन व्यवधान बाजूला ठेवून इतरत्र केलेल्या हवापालटामुळे चित्तवृत्ती पालटही होतो. मेणे, पालख्या, बैलगाडी पासून अद्ययावत क्रूझ, विमानं या उत्क्रांतीच्या मुळाशी जिप्सीचं ओढाळ मन आहे. जगाच्या नकाशात बंदिस्त झालेल्या देशविदेशच्या संस्कृतींना व्यक्तिमत्त्व द्यायचं काम लेखक प्रवासवर्णनाद्वारे करतात. इंग्रजीमधे असलेला 'Travelogue' हा शब्द travel आणि monologue यांचा संकर होय.

इथं मला विल्यम लागेवीएसे यूड ह्या अमेरिकन लेखकाचं सुंदर वाक्य आठवतं, 'So much of who we are is where we have been...'

त्यामुळे प्रवासवर्णन म्हणजे एक प्रकारे आत्मकथनातला एखाद्या ठिकाणच्या आठवणींबरोबर जागवलेला हिस्सा...

मराठीतलं अगदी पहिलं प्रवासवर्णन म्हणून १८५२ मध्ये आलेल्या शामराव मोरोजींच्या 'काशिप्रकाश' चा उल्लेख सापडला.

अलीकडच्या काळातील उल्लेखनीय म्हणजे १९४० सालचं अनंत काणेकरांचं 'धुक्यातून लाल ताऱ्याकडे'. पुढे प्रवासवर्णनाला समृद्ध वाङ्मयप्रकार म्हणून दिशा देण्यात प्रभाकर पाध्ये यांच्या 'तोकोनोमा'चं विशेष योगदान आहे.

१९६१ साली म्हणजे जवळपास साठ वर्षांपूर्वी उगवत्या सूर्याच्या देशातील अर्थात जपान सफरीनंतर पाध्यांच्या झपाटलेल्या भाववृत्तीतून साकारलेलं जपानचं विलोभनीय दर्शन म्हणजे 'तोकोनोमा'. यातलं प्रत्येक 'स्वभावचित्र' (ही समर्पक संज्ञा लेखक चंद्रकांत वर्तक यांची) हे साकेचा अंमल उतरल्यानंतरही तिच्या कब्जामुळे आलेल्या तरल अनुभूती व्यक्त करणारं आहे.

दुसऱ्या महायुद्धात १९४५च्या ऑगस्टमध्ये जपानच्या हिरोशिमा, नागासाकी या शहरांवरचे अण्वस्त्र हल्ले किंवा पॅसिफिक रिंग ऑफ फायर मुळे भौगोलिकरीत्या भूकंप,ज्वालामुखी व त्सुनामी धोक्यांमुळे जागतिक जोखमी निर्देशांकातलं जपानचं अव्वल स्थान इतका इतिहास भूगोल सर्वांना परिचित असतो. नाही म्हणायला कॉलेजमध्ये असताना पाहिलेला 'लव इन टोकियो', लेकीमुळे परिचित ओरीगामी व मैत्रीण करते ती पुष्परचना म्हणजे जपानी इकेबाना अशी ढोबळ ओळख मलाही असतेच. अलीकडे दोन वर्षांपूर्वी भक्तीच्या शिफारशीवरून वाचलेलं आर्थर गोल्डनच्या 'Memories of Geisha' मुळे जपानच्या या मायावी जगाचं एक प्रभावी आकलनही हाताशी असतं. मात्र 'तोकोनोमा' वाचताना जपान आणि प्रवासकिमया यांचा पाध्यांनी घडवलेला साक्षात्कार हा पूर्व प्रतीतीहून कितीतरी वेगळा असतो.

'जिगसॉ' मधे पाध्यांविषयी, रामदास भटकळ म्हणतात, 'त्यांचा आवाका फारच मोठा होता. त्यांच्या कक्षेत ललित साहित्यापेक्षा इतिहास, राजकारण, तत्त्वज्ञान, मानसशास्त्र असे अनेक विषय असायचे.'

'तोकोनोमा'मधे प्रत्यक्षात झालेल्या घटना व त्यांवर कल्पनेने केलेलं रोपण हे दोन्ही सत्य अनुभवाचे पैलू आढळतात.

'खुलाशा'त प्रभाकर पाध्ये अमेरिकन प्रोफेसर मित्र हर्बर्ट पासीन, (ज्यांच्या सहवासामुळे जपानी संस्कृती अभ्यासाचा लाभ झाला) यांचा आवर्जून उल्लेख करतात. एकूण पंधरा लघुनिबंधांतून ही जपान सफर घडते. पुस्तकात सुरुवातीला काही जपानी शब्दार्थ दिल्याने वाचकांचा प्रवास सुकर होतो.

अतामीचा परिसर, आसाकुसामधलं कन्नोन मंदिर, कात्सुरा बंगला, इम्पिरिअल हॉटेल, किओटो व टोकियोतलं सांस्कृतिक अंतर हे वाचताना आपल्याला तोही अनुभव मिळतो. पाध्यांची रसिकता आणि भाषा सुशीआख्यान, किमोनोने केलेला रतिशास्त्राचा विचार, सामुराईचं सोंग, जपानी निसर्ग आणि त्याच्या प्रतिध्वनींनी मनावर उमटलेली कोकणच्या निसर्गशोभेची गाज सांगताना कमालीची सालंकृत, रसाळ तितकीच लवचीक होते. वाक्यांना नाद, गंध, स्पर्श, रूप, चव, आकार प्राप्त होतात.

'एकेक दुकान म्हणजे कालिदासाच्या उत्तरमेघांतील एकेका कवितेचे प्रात्यक्षिक, समुद्र आणि डोंगर यांच्याबरोबर नजरबंदीचे खेळ खेळत असतानाच मधल्या ओढ्यांच्या काठांनी थकलेले शरीर उष्ण झऱ्यांच्या हौदात झोकून देते ...' यांसारख्या शब्दांतून अप्रूप व्यक्त होतंच पण क्वचित झालेले भ्रमनिरासही पाध्ये किती सहज सांगतात. 'जपानसारख्या सुधारलेल्या देशातले लोक भोळ्या समजुतींच्या आधीन असावेत याचे मला नवल वाटते.' किंवा 'आपल्या गारुड्याचा अगर डोंबाऱ्याचा अवतार जपानात पाहण्याची अपेक्षा मी केली नव्हती.'

चिडाचा वृक्ष, किनोमियाची जत्रा, संक्षिप्त गेशा, बाधा, भेट हे लघुनिबंध कथेच्या स्वरूपातून जपानी संस्कृती, जीवन, आस्था, समज यांवर प्रकाश टाकतात. उमेकोचा झगडा, आदरातिथ्याच्या संकेता-पलीकडचं प्लम ब्लॉसमच्या डोळ्यातलं पाणी, साकुरायची लेखकाशी जडलेल्या स्नेहाची कहाणी यांमुळे वाचकांत जपान आरपार उतरतो.

स्थळकाळ वर्णनांशिवायची मार्मिक भाष्यं व चिंतनं पर्यटनाहून अधिक ऋणानुबंधाची साक्ष देतात.

'हमरस्त्याआडचा गिंझा म्हणजे चक्रव्यूहाचा तुकडा आहे. जीवनाच्या लढाईसाठी निघालेले अनेक अभिमन्यू त्यात रोज अडकतात आणि गायब होतात', मुलीचं नाव माहीत नसणं म्हणजे कोणत्या फुलाचा अमका गंध हे ध्यानात न येणं, किंवा, 'जपानमध्ये लेखक राजा आहे. समाजातली एक उपटसुंभ अडगळ म्हणून त्याची संभावना होत नाही... त्याच्या लिखाणाची 'लेखणीचे चाळे' अशी वासलात लागत नाही. तुम्ही लिहिता बिहिता हे ठीक आहे. 'पण तुम्ही पोटासाठी काय करता?' असं कोणी त्याला विचारत नाही.'

पद्मा सहस्रबुद्धे यांचं मुखपृष्ठ व रेखाचित्रं आणि पाध्यांचा कॅमेरा या अनुभूतीला चार चाँद लावतात.

जुन्या इमारती, देवळं यांचा आत्मा गवसण्यासाठी त्यांच्या वेदनेशी सलगी करता यावी लागते. भ्रमंती म्हणजे थोड्या काळासाठी केलेलं लगट नसून त्या ठिकाणचा लळा लागणं म्हणजे 'तोकोनोमा' होय. सबब जपानात वावरताना शेकडो अनोळखी जीवांची स्पंदनं समजून त्यांच्या अंतरंगात डोकावू शकणाऱ्या प्रभाकर पाध्ये यांच्या 'तोकोनोमा'चा वाचकांनी जरूर आस्वाद घ्यावा.

❑

११

इंदिरा संत

फुलवेल

भावमुद्रा...

कविता भावते तेव्हा 'एकाएका अक्षरात भावगंध दरवळत' ठेवणाऱ्या त्याच्या किमयागाराबद्दलचे कुतूहलही नकळत जागवते. अर्वाचीन मराठी कवितेत बहिणाबाईं खालोखाल सर्वाधिक दखल घेतल्या गेलेल्या कवयित्री म्हणजे इंदिरा संत. समकालीन संजीवनी मराठे, पद्मा गोळे, शांता शेळके या सर्वांनीच स्त्रीचं भावविश्व, तिची आव्हानं, संघर्ष आणि बदलत्या सामाजिक परिस्थितीतील तिचं स्थान यांवर कवितेतून परिणामकारक कलात्मक भाष्य केलं.

इंदिरा संत (जन्म : ४ जानेवारी १९१४ - मृत्यू : १३ जुलै २०००) यांनी १९४१ साली पती ना. म. संत यांच्यासमवेत 'सहवास' कवितासंग्रहाद्वारे काव्यजगतात पदार्पण केलं. त्यानंतर त्यांचे 'शेला', 'मेंदी', 'मृगजळ', 'रंगबावरी', 'बाहुल्या', 'गर्भरेशीम', 'चित्कळा', 'वंशकुसुम' व 'निराकार' असे नऊ स्वतंत्र कवितासंग्रह प्रकाशित झाले. निसर्गाच्या कुशीत वसलेलं आशयघन काव्य लिहितानाची निरनिराळी भावावस्था आणि त्याला चढलेला प्रतिमांचा साज वाचून आनंद अनुभवल्यानंतर सजग वाचक, रसिक अभ्यासकांना ओढ लागते कवयित्रीच्या जवळ जाण्याची....

'माझी कविता आणि मी' मध्ये इंदिराबाई म्हणतात, 'जीवनातील स्वास्थ्यापेक्षा संघर्षावर माझी श्रद्धा आहे. जगण्याचं सार्थक करणारं काही गवसणार असेल तर ते या संघर्षातून माणसाच्या हाती येत असतं. या संघर्षात उडणाऱ्या व्यक्तिमत्त्वाच्या ठिणग्यांनी घेतलेला आकृतिबंध म्हणजेच माझी कविता...'

तर हीच तलम अग्नीची पात वागवणारे,

'धगधगते जीवन हे
धरुन असे ओंजळीत
आले मी कुठुन कशी
आले मी हेच फक्त ...'

'आले मी', या कवितेतील शब्द... आशयात कुठेही उणेपणा येऊ न देता कवितेचा किंवा आत्मनिवेदनाचा पोशाख वेगळा असला तरी दोन्ही तितकंच स्वाभाविकरीत्या झालेलं 'आत्मनिष्ठ' भावदर्शन आहे.

तसं बघायला गेलं तर, ऑस्कर वाईल्ड म्हणतो त्याप्रमाणे, 'In this world there are only two tragedies. One is not getting what one wants and the other is getting it.' या अटळ भागधेयाचे आपण सारेच प्रवासी... असं असताना इंदिराबाईंसारख्या सिद्धहस्त कवयित्रीने त्यांच्या कवितेमागील प्रेरणा, धारणा, संदर्भ, सामाजिक व कौटुंबिक मतप्रवाह आणि एकूणच आयुष्याचा दृष्टिकोन उलगडणारं ललितलेखन करणं स्वागतार्ह म्हटलं पाहिजे. १९९७ मधे प्रकाशित झालेल्या 'फुलवेल' या ललितलेख संग्रहात आईवडील, बालपण, घर-अंगण यांविषयी मनमोकळेपणे त्या बोलल्या आहेत. त्यांच्या सहवासात आलेल्या वि. स. खांडेकर किंवा कुमारजींसारख्या अवलियांशी जुळलेल्या ऋणानुबंधांविषयीही बोलल्या आहेत. आणि सर्वांत महत्त्वाचं म्हणजे एकूणच कवितेविषयी ज्या तळमळीने व साकल्याने बोलल्या आहेत त्याला तोड नाही.

त्यांची विद्यार्थिदशा म्हणजे रविकिरण मंडळाच्या प्रभावाचा काळ. तरीही त्या धाटणीची 'अकारण भावविवशता' हा आपला पिंड नसल्याची जाण, लहानपणी ऐकलेल्या जात्यावरच्या ओव्या, मर्ढेकर व कुसुमाग्रजांच्या

कवितेचं वेगळेपण व कळत नकळत आकाराला येत गेलेली भावगर्भ चांदणस्पर्शी कविता हा प्रवास इंदिराबाईंच्याच शब्दांत वाचायला हवा. असं असताना स्वतःच्या कवितेतील अभिव्यक्तीच्या मर्यादांचा ऊहापोह करणाऱ्या इंदिराबाई प्रांजळ आणि सडेतोड आहेत. कुसुमाग्रजांच्या 'स्मृती'बद्दल किंवा गीतकार माडगूळकरांविषयी लिहिताना मर्मग्राही आहेत. तर 'दिशा उसवल्या' या विजय कुवळेकरांच्या लेखनाविषयी, 'खाणीतील आंतरहिरा' म्हणून आलोक श्रीनिवास कुलकर्णी या लहानग्याविषयी किंवा सुनिता जोशी यांच्या 'आत्मरंग' कवितासंग्रहाबद्दल लिहिताना त्या उबदार, स्नेहशील आणि दिलदार आहेत.

'पाऊस हा एक अतिशय व्रात्य असा बहुरूपी आहे' किंवा 'इंग्रजांचा एक महत्त्वाचा उल्लेखनीय गुणधर्म म्हणजे जुन्यात जुन्या अशा आपल्या श्रीमंत संचिताला जपणं' म्हणत बाळगाण्यातलं लंडन शोधणाऱ्या प्रफुल्लित इंदिराबाई इथं भेटतात. तर 'विज्ञानापलीकडचा भाव' म्हणत बेळगाव-पुणे रस्त्यावरच्या रुद्रसुंदर संगमाला नमस्कार करतानाच्या आणि मृत्यू पश्चात वडिलांना हाका मारतानाच्या इंदिराबाई वाचकांनाही कातर करतात.

या संपूर्ण लेखनाची जातकुळी साधी, प्रगल्भ, मृदू पण ठाम, दुराग्रही नसलेली पण आत्मविश्वासपूर्ण आहे. लेखनविशेषाचं मर्म 'नथ उसनी आणता येते पण नाक कसं उसनं आणता येईल?' या त्यांच्या भावनेच्या साक्षात्कारातच दडलं आहे. दीडशेच्या आसपास कवितासंभाराने डवरलेली ही 'फुलवेल' नाजूक, लवचीक पण आपल्या सुगंधाने तमाम आसमंत दरवळत ठेवणारी आहे.

'जी तुझ्याचसाठी आली अन् ओघळली
स्पर्शाने तुझिया फुलली, खुलली, हसली,
ती अता आसवे कुठे जाहली गुप्त
जी ढाळून व्हावे दग्ध चित्त हे शांत...'

फुलवेलीच्या बहराचं मखमली संचित वाचून आपण लवावं हेच उचित...

❑

१२

दुर्गा भागवत

ऋतुचक्र

उत्पत्ती, स्थिती आणि लयीचं सजीव सृष्टीचं आवर्तन अगणित वर्षं अव्याहत सुरू आहे. शेकडो नैसर्गिक उलथापालथी आणि कित्येक मानवनिर्मित संकटांच्या आघातानंतरही इवलंसं तृणपातं, क्षणभंगुर आयुष्य असलेलं फुलपाखरूही त्याच दिमाखात रंग रूप स्पर्शाची उधळण करतच आहे. पण भोगवादी विचारसरणी आणि 'अतिपरिचयात् अवज्ञे'मुळे सामान्य माणूस बहुतकरून ज्या सोहळ्याला पारखा होतो, त्या पृथ्वीवरच्या कालाच्या एका व आकाशात पडणाऱ्या दुसऱ्या पावलातल्या' ऋतुचक्राचं दुर्गा भागवतांनी घडवलेलं दर्शन अद्भुत आणि एकमेवाद्वितीय आहे असं मी म्हणेन.

इंग्रजी, मराठी, संस्कृत, पाली, बंगाली, गुजराती अशा अनेक भाषांवर प्रभुत्व असणाऱ्या दुर्गा नारायण भागवत (जन्म : १० फेब्रुवारी १९१० – मृत्यू : ७ मे २००२) यांच्या पुस्तकांची संख्या शंभरच्या घरात आहे.

ललितलेखनाच्या एकूण दहा संग्रहांपैकी 'ऋतुचक्र' हे १९५६ साली प्रकाशित झालं. लघुनिबंधाचं पूर्वीचं साचेबंद रूप पालटून त्याला वास्तव, अनुभव व चिंतन या त्रयीने चैतन्यपूर्णता बहाल करण्यात दुर्गाबाईंचा मोलाचा वाटा आहे.

निसर्ग आणि माणसाचं अतूट जग तुम्ही, मी, आपण सगळेच

सणवार, व्रतवैकल्यं, सहली, अभ्यास, प्रयोगशाळा इत्यादींमधे जमेल तसं सामावत असतो. दुर्गाबाई मात्र या अप्रुपाचे लागेबांधे कुठंकुठं शोधतात हे अपूर्वाईचं आहे. दृश्य चित्रण त्यांच्या शब्दकळेने इतकं जिवंत करतात की नॅशनल जॉग्रफिक, डिस्कवरी वरच्या उत्तमोत्तम फिल्म्स नी घराघरांत पोचवलेलं उंदरामांजराचं, वडापिंपळाचं जग मिटल्या डोळ्यांनीही पाहू शकतो. मूळचं झाडापक्ष्यांवरचं प्रेम, त्याला असलेली रानावनातल्या भटकंतीची जोड, जीवशास्त्रीय अभ्यास, लोकपरंपरा व साहित्याचा व्यासंग आणि कविमन यांचा परिपाक त्यांच्या लिखाणात इतका ठसठशीतपणे येतो की त्यांच्या शब्द विशेषणांना पर्याय देताना अथवा अनुवाद करताना त्रेधा उडावी.

'माडाची झाडे बारमहा हिरवी आणि फळांनी भरलेली दिसतात. पण फाल्गुन लागला की त्यांच्या माथ्यावर अधिक फिक्या रंगाचं जावळ भुरभुरल्यासारखं वाटतं.' किंवा

'आपण तुच्छतेने घाणेरी म्हणतो तिला. पण गुजरातीत 'चुनडी' असे यथार्थ नामाभिधान या झाडाला दिलेले आहे. ह्या फुलाचे नाव ऐकल्यावर काठेवाडी व राजपुतान्यातल्या चुनड्यांच्या भडक रंगाचे रहस्य मला उमगले.' किंवा

'मनाला कितीही उदासीनता असू द्या. जरा वेळ पिंपळाजवळ उभे राहा; त्याच्या पानांच्या थयथयाटाने तुमचे मन सगळ्या चिंता विसरून जाईल. एवढ्या तेवढ्या वायुलहरीनेही उचंबळून येणारा हा पुराणवृक्ष पाहून एक प्रकारची बंडखोर वृत्ती मनात उपजते.' किंवा

'कावळ्यांचा प्रणय चोचींनी गंभीर मुद्रा करून आळीपाळीने एकमेकांची डोकी खाजविण्याचा किंवा घास भरवण्याचा सोडला तर इतर पाखरांपेक्षा फार शालीन असतो.' अथवा

'झाडाच्या अंतरंगातून बाहेर फुटलेली हिरवी उकळीच वाटते आहे ही पालवी म्हणजे.'

अशी कुठलीही वर्णनं ही गद्य व काव्य यांच्या सीमेवरचं बाईंच्या परीसस्पर्शाने उजळलेलं नवखं गाव आहे. कावळ्यांचं चिकाटीने घरटं बांधणं असो की पतंग पाकोळीचा विणीचा आणि मरण्याचा प्रसंग असो,

निष्पर्णतेचा पौष असो, त्यांच्या लेखनात सतत एका प्रसन्नतेचा शिडकावा होत राहतो. छोटी वाक्यं, चपखल सौंदर्यपूर्ण शब्दरचना, मांडलेली शास्त्रीय निरीक्षणं व तथ्यं यांनी बारामासांचा हा गोमटा आविष्कार ललितलेखनाला बाईंच्या प्रतिभेने भव्यतेकडे नेतो.

लिखाणाला पूरक पद्मा सहस्रबुद्धे यांची रेखाचित्रंही अप्रतिम आहेत.

दुर्गाबाईंनी सृष्टीचं समाराधन करत सहा ऋतूंचे सोहळे ऋतुचक्रातून मांडून वाचकांसाठी या विराट रूपदर्शनाची सोय अनायासेच केली आहे. त्यांच्या निरीक्षणांची आणि बारकाव्यांसहित सूक्ष्म कीटकजीवन, महाकाय वृक्ष, असीम आकाश आणि अफाट समुद्र यांचे वेळोवेळी होणारे विभ्रम कथन वाचून माझी गत अकराव्या अध्यायात ज्ञानेश्वर अर्जुनाची अवस्था वर्णन करतात त्याप्रमाणे –

'परि कायसे बा हे चोज,
विस्मयो करावयाहि पाडु नाही मज,
चित्त होउनी जातसे निर्बुज,
आश्चर्य येणे'

अशी झाली आहे हे नक्की!

❑

१३

ग्रेस

चर्चबेल, ओल्या वेळूची बासरी

मला ते बहुतांशी सापडतच नाहीत. ते प्रतिभावंत कवी, लेखक होते म्हणून किंवा त्यापेक्षा अधिक...

कर्णाला कवचकुंडलं होती. त्यांची आभा, तेज बघणाऱ्याला दिसे. पण ती वागवण्याचा भार आणि इंद्राने मागितल्यावर त्यांच्या त्यागामुळे सोसावा लागला तो दाह फक्त त्यालाच कळला की कुंती, सूर्य, कृष्ण यांनाही, हे कळायला मार्ग नाही. तसेच काहीसे बुद्धी आणि हृदयाला पेच घालणारे प्रश्न त्यांची कविता वाचून पडत असले तरी कवितेच्या मूळच्या गूढमय अंगड्याटोपड्यांमुळे तिचा अन्वय वाचक स्वतःच्या वकूब व अनुभवाच्या आधारावर लावतो. हाच प्रत्यय त्यांचं गद्यलेखन वाचताना येतो. तरीही त्या लखलखत्या गुहेत मी माझ्या मिणमिणत्या जाणिवेची विजेरी घेऊन शिरते.

'ओल्या वेळूची बासरी' हा ग्रेसचा (माणिक गोडघाटे) अगदी अलीकडचा ललित लेखसंग्रह. तिची देहबोली अपरिचित असताना माझ्या मदतीला 'चर्चबेल'चा धीरगंभीर, भारदस्त नाद येतो. प्रवास काहीसा सवयीचा ओळखीचा म्हणून सुकर होत राहतो. चर्चबेलच्या ध्वनिलहरी आणि त्यांची आस माझ्या आत असंख्य वलयं उमटवतात.

आपल्या सर्वांच्या आयुष्यात हा घंटानाद अप्रतिहत सुरू असतो. पुढे सरकल्यावर मागच्या घटनांचे अर्थ लावताना धुरकटलेले क्षण पुनरुज्जीवित होतात.

ग्रेसची देवी मा, तर्क लावण्यात गुंतलेली... 'भाद्रपदातील एका कोवळ्या सकाळी देवी बागेतली फुले वेचीत असताना कसलेसे गाणे गुणगुणत होत्या. दीनबंधू त्यांच्या मागे उभा होता. एका तंद्रीत वितळून निघाल्यासारखे त्याचे डोळे दिशाहीन झाले होते. देवी मा तुमच्या वेळी तुमच्या आईला मधाचे डोहाळे लागले होते काय? बंधुजींना आपल्या कुशीत घेऊन खूप रडून घ्यावे असे देवींना वाटले...'

कोण हे बंधूजी, देवी मा, नारायणस्वामी आपल्या आखून घेतलेल्या चौकटीत सापडलेले तुमच्या माझ्यासारखे अगतिक जीव. तिथं ग्रेस किती नेमकेपणे म्हणून जातात, 'लौकिक घटनांच्या मागील कारणपरंपरा आपण ओळीने मांडून दाखवू शकतो, परंतु ज्या बिंदूवर तर्क शांतपणे येऊन स्थिरावतो, त्याच फटीतून आपल्या प्रारब्धाचे पाणी वाहू लागते. ज्याला सनातन दुःख वगैरे म्हणतात, ते इथेच कुठेतरी उभे राहत असावेसे वाटते! आकांताच्या बंदिशीचे स्वर लिपिबद्ध करताना, गळ्यात साचणारं पण कागदावर मांडता न येणारं थोडंसं बारीकसं असं निसटतंच. कधी ते सापडतच नाही; कधी ते कळून न कळल्यासारखं दाखवावं लागतं.'

ज्ञानेश्वर, रामदास, तुकाराम, फ्रॉस्ट, रिल्के, रोशन, भावे, जी.ए., चंद्रम्, किशोरी ही विशेषनामे असोत किंवा चिमणी, फकीर, सर्कशीतले हिंस्र पशू, घोडे, गुलमोहर ही सामान्य नामं असोत... ग्रेसच्या नजरेतलं त्यांचं अस्तित्व व प्रतिमा मला माझ्याही भावंडं, मित्रमैत्रिणी, नवरा, गझल, कुत्रे, मोगरा, पुस्तकं, रस्ते, नातेवाईक आणि अर्थात स्वतःलाही पुन्हा आजमावायला, समजून घ्यायला भाग पाडतात. मला अजूनही सगळं समजत नाही... म्हणून पुनः पुन्हा ग्रेस वाचावासा वाटतो...

भयचकित करणाऱ्या अंधाराच्या अगणित छटा पुकारतात, ग्रेसचे शब्द गांधीलमाशीप्रमाणे घोंघावतात... मी स्तब्ध राहायचा उगी

प्रयत्न करते... तरीही चिवट संवेदनांना त्यांचे अर्थ अनर्थ ऐकू येत राहतात...

'तुझ्या जुन्या मंतरल्या गावी
मला नसे ग ठाव;
वणव्यामधे उभा तरी मी
वाळत नाही घाव...'

❑

१४

द. ग. गोडसे

पोत

'माझा खेळ मांडू दे,
करीन तुझी सेवा.....
फडताळात एक गाठोडे आहे
त्याच्या तळात अगदी खाली
जिथे आहेत जुने कपडे
कुंच्या टोपडी शेले शाली
त्यातच आहे घडी करुन
जपून ठेवलेली एक पैठणी
नारंगी पदर जरी चौकडी
रंग तिचा सुंदर धानी....

वर्षामागून वर्षे गेली
संसाराचा सराव झाला
नवा कोरा पोत
एक मऊपणा ल्याला....

कधीतरी ही पैठणी

मी धरते उरी कवळून
मऊ रेशमी स्पर्शामधे
आजी भेटते मला जवळून
मधली वर्षे गळून पडतात
कालपटाचा जुळतो धागा
पैठणीच्या चौकड्यांनो
आजीला माझ्या कुशल सांगा...'

शांताबाई शेळके यांनी पैठणी पोतातून ऋणानुबंधाच्या व्यक्तिगत विणीचा मागोवा घेतला आहे. हे अचानक आठवायचं कारण म्हणजे अलीकडेच वाचलेलं, कालपटात धूसर होत चाललेलं पण सृष्टीच्या उत्क्रांतीचा खानदानी वारसा व ऋणानुबंध उलगडणारं द. ग. गोडसे यांचं 'पोत' हे पुस्तक होय. वरकरणी 'पोत' शब्द प्रामुख्याने वस्त्रासंदर्भात वापरला जात असला तरी ही सर्वस्पर्शी संज्ञा आहे. जसे आवाजाचा, चित्राचा, साहित्याचा, संस्कृतीचा, सुखदुःखाचा म्हणूनच सर्वार्थाने जीवनाचा पोत!

पृथ्वीवर जीवन अस्तित्वात आल्यापासून ते अद्ययावत तंत्रज्ञान प्रगती दरम्यान निसर्ग, माणूस, त्यांचे परस्पर संबंध व सौहार्द या उत्क्रांतीच्या प्रक्रियेतले ठळक तसेच सूक्ष्म बदल अभ्यासायचं 'तंत्र' म्हणजेच बहुतेक कुठल्याही कलाविष्काराच्या पोताचं अवलोकन, आकलन आणि अनुमान करणं होय. भूतकाळातील विविध जागतिक भौगोलिक प्रांतांत झालेल्या सामाजिक, नैसर्गिक व राजकीय उलथापालथींचा रहस्यभेद करण्यात कल्पकता व साधनसिद्धतेच्या जोरावर माणसाने इतर कुठल्याही प्राण्याहून बाजी मारली.

'प्रत्येक कलात्मक आविष्कार म्हणजे कलावंताने जीवनावर केलेले भाष्य ठरते', असं म्हणत गोडसे या आविष्काराच्या पोताचे घटक पटसंलग्न परिभाषेतून विशद करतात.

कापड ज्या पदार्थाचे बनवण्यात येते तो मूळ पदार्थ = जीवनविषयक तत्त्व.

धागा = तत्त्व विशद करणारी जाणीव

ताणाबाणा = या जाणिवांची उभी आडवी वीण; आणि

यंत्रणा = जाणिवांचा आविष्कार घडवून आणणारे माध्यम (भाषेचं, चित्राचं, शिल्पाचं). तर 'स्थळ, काळ, धर्म, जाती, वंश यांपलीकडे जाऊन जीवनमूल्यांचं गहन तत्त्व सरळ सोप्या कथारूपकांनी विशद करणाऱ्या जगातील अमर अक्षरकथांपैकी एक' अशी छद्दंत (षडदंत) जातककथाही कथा, शिल्प, साहित्य या माध्यमांतून अभ्यासणे हा 'पोत' चा मूळ विषय! 'तंतु आणि ओतु', 'कुंजरो छब्बिसाणो', 'मुर्डीव शुंडा दंड', 'दृष्ट्वा तु पांडवानीकम्' या चार प्रकरणांतून गोडसे हा प्रवास घडवतात.

फार पूर्वी हिमालयावर आठ हजार हत्तींच्या कळपाचा सहा सुळे असलेला राजा षडदंत, त्याच्या दोन राण्या थोरली नि धाकटी सुभद्रा यांची ही गोष्ट. एकदा शालक्रीडा करताना भरघोस लगडलेल्या शालवृक्षाला षडदंताने धडकल्यावर थोरलीवर पुष्परेणू केसर तर धाकटीवर सुक्या काटक्या, वाळलेली पाने, तांबड्या मुंग्या पडल्या. तर दुसऱ्या खेपेलाही जलक्रीडेनंतर इतर हत्तींनी नजर केलेले महापद्म षडदंताने थोरलीलाच दिल्यावर धाकटी सुभद्रा अपमान, संताप व तथाकथित अन्यायाने दग्ध झाली. बोधिसत्त्वापाशी याचा सूड घ्यायची इच्छा प्रकट करत तिने प्राणत्याग केला. गतजन्माच्या स्मृतीसह मद्रदेशची राजकन्या म्हणून जन्म घेऊन वाराणसीच्या राजाची पट्टराणी बनली. सोणदत्त या शिकाऱ्यामार्फत षडदंताचा विषारी बाणाने वध करवून त्याचे कापलेले सुळे पाहताच शोकाकुल होत पुन्हा देहत्याग केला. अशी ही प्राचीन जातककथा!

कथानायकाचे व्यक्तिमत्त्व, हत्तींची कुळकथा व वंशविकास, पुढे मानवाची इतर प्राण्यांवर वर्चस्व गाजवण्याची आसुरी मनीषा, या कथेचे सामाजिक संदर्भ व सत्तांतरागणिक बदलत्या राजवटीतील बदलत गेलेलं स्वरूप, इ. स. पूर्व दुसरे ते इ. स. सहाव्या शतकापर्यंत म्हणजे सुमारे आठशे वर्षांतले छद्दंत जातककथेचे सहा शिल्पचित्रांकित आविष्कार, त्यांचं सूक्ष्म वर्णन, हत्ती, इतर प्राणी व त्यांचं मानवी जीवनातील स्थान व याचा व्यासांच्या भारतापासून यादवकालीन

ज्ञानेश्वरादी कलाकृतींत प्रतिध्वनित साहित्य आलेख या सगळ्यांचा गोडशांच्या भिंगातून झालेला पद्धतशीर ऊहापोह 'पोत' लिखाणाला एक आगळं परिमाण देतो.

कलाविष्कार कालसापेक्ष असल्याने तिची मीमांसाही कालातीत नाही, हे भान ठेवून आस्वादकांनी याचं मर्म समजून घ्यायचं असतं. अशा वेळी पुस्तकात मांडलेली चिकित्सापद्धती, अनुमान व निष्कर्षांबाबत मतमतांतरे हे त्याचं अटळ भागधेय समजावं. तरीही या शास्त्रशुद्ध तार्किक प्रक्रियेतून लेखकाच्या विस्तृत सामाजिक, भावनिक, परस्परपूरक ललित कला जाणिवा, संवेदना व अनुभूतीच्या परीघाची साक्ष पटते. शिवाय अशा अभ्यासासाठी आवश्यक तात्कालिक भूमिका ग्राह्य मानूनच तिचा पडताळा घेणं शक्य होतं. याच परिवर्तनशील भूमिकेचं प्रवाहित्व अबाधित राखत 'पोत' पासून सुरू झालेला गोडसे यांचा प्रवास 'शक्तिसौष्ठव', 'गतिमानी', 'उर्जायन', 'लोकधाटी', 'मातावळ' या मालिकेतून दिसून येतो.

दत्तात्रय गणेश गोडसे (जन्म : ३ जुलै १९१४ – मृत्यू : ५ जानेवारी १९९२) हे इतिहासकार, नाटककार, चित्रकार, नेपथ्यकार, लेखक, पखवाजिये, कला समीक्षक अशा सर्व भूमिकांतून समर्थपणे वावरले. वि. का. राजवाडे, म. वा. धोंड यांना अनुसरत केवळ मराठीतूनच लेखन करणारे निष्ठावंत पाईक अशी त्यांची ख्याती. तत्कालीन कलाप्रांगणातील अनेक ज्येष्ठ व श्रेष्ठांच्या प्रेमादरास पात्र झालेल्या गोडसे यांचा उल्लेख मं. वि. राजाध्यक्ष 'पूर्णतावादी चतुरस्र व्यासंगी' असा करतात. जन्म जळगाव येथे, शालेय शिक्षण सावनेरला व महाविद्यालयीन शिक्षण त्यांनी नागपूरच्या मॉरिस व मुंबईच्या विल्सन कॉलेजांत घेतले. लंडन विद्यापीठाच्या 'स्लेड स्कूल ऑफ फाईन आर्ट'मधून ललित कला शिक्षण घेतलेल्या गोडसे यांचं बहुआयामी व्यक्तिमत्त्व पुस्तकातून जाणवतं. त्यांच्या मनस्वीपणाची झलक दाखवणाऱ्या, रामदास भटकळांच्या 'जिगसॉ'मधील 'संभ्रम' लेखात चवीने चहा बनवणारे, मस्तानीवरच्या संशोधनासाठी कटिबद्ध असणारे आणि पुस्तकाच्या मुखपृष्ठातून त्यातील मजकुरासंबंधी चपखल भाष्य करणारे गोडसे यांच्या सर्वच स्वभावछटा कमालीच्या विलोभनीय आहेत.

एकूण काय तर लहानपणी ऐकलेल्या आंधळे आणि हत्ती या गोष्टीतला असो किंवा भोंडल्याच्या खेळात फेर धरूनही पुरेसा अगम्य राहिलेला गजराज गोडशांच्या हत्ती आख्यानामुळे अधिक जवळीक साधतो. आणि त्या अनुषंगाने झालेली पोत संकल्पनेची बढत समस्त कलाप्रेमींना आविष्काराच्या महत्त्वपूर्ण परिमाणाचा जागरूकतेने व गांभीर्याने विचार करायला भाग पाडते.

❑

१५

नारायण सुर्वे

सुर्वे: नारायण सुर्वे यांची समग्र कविता

मराठी माध्यमाच्या शाळेत आठवी किंवा नववीच्या पाठ्यक्रमात 'दोन दिवस–भाकरीचा चंद्र शोधण्यातच जिंदगी बरबाद झाली' या कवितेतून मला त्यांची ओळख झाली. माझ्या त्या स्वप्नाळू वयातही व्यावहारिक जगाच्या या गणिताने घातलेलं गारूड आजही कायम आहे. एका अनाथ मुलाला नारायण नाव देणारे सुर्वे मातापिता कामगार कुटुंबातले. त्यांच्या विद्यापीठात, 'ज्यांच्यापाशी श्रमाशिवाय गमावण्यासारखं काहीच नाही अशी माणसं किती प्रेमळ असतात ते मी अनुभवीत होतो.'

गिरणगावच्या संपामुळे कम्युनिस्ट चळवळ आणि मार्क्सवाद-लेनिनवादाच्या आधाराने अण्णाभाऊ साठे, अमरशेख यांच्या प्रभावाखाली सुर्वे लोकनाट्य चळवळीत लोकगीते लिहू लागले. म्युनिसिपल शाळेत चपरासी, लग्नानंतर मुलाबरोबर व्हर्नाक्युलर फायनल होऊन एकोणीस वर्षं शाळेत मास्तरकी आणि पन्नासाव्या वर्षी निवृत्ती.

पण दरम्यान 'मलाही वाटले आपण काही सांगायला पाहिजे आणि मी कवितेकडे वळलो'.

कवितेला एकतर्फी वरलेले अगणित कवी लिहितात, पण कवितेने ज्यांना वरले आहे असे मोजकेच कवी आपली कालातीत छाप साहित्यात पाडतात. परिस्थितिजन्य अनुभव अस्सलपणे पोचवण्यातली तळमळ

पाहूनच कविता कवीची आशिक होत असावी. संपूर्ण कारकिर्दीत एकूण दोनशेच्या आसपास कवितांच्या भांडवलावर सुर्वे आपलं काव्यसृष्टीतलं अढळ स्थान राखून आहेत, याची साक्ष जवळ जवळ त्यांची प्रत्येक कविता देते.

जीवनातली कटुता, आव्हानं झेलूनही कवितेत आक्रस्ताळेपणा, हिंसा, दुर्गमता यांचा अभाव भावतो की कवितेतला दुर्दम्य आत्मविश्वास, मोडणं नि घडत जाणं यांचा सहजस्वीकार, नातेसंबंधातला समजूतदारपणा आपल्याला भावतो हा अनुभव ज्याचा त्याने घ्यायचा. रचनांचं आगळेपण आणि उत्स्फूर्त भाषेचं लेणं ल्यायलेली सुर्वे यांची कविता प्रत्येकाने नक्की वाचावी अशी!

स्त्री पुरुष नातेबंधाचा एक तरल कातर ताण, 'थोडी ठेव' या कवितेत बघायला मिळतो. या कवितेतल्या प्रणयाला जबाबदारीचं भान आहेच, शिवाय त्यातली ऊब आणि शारीरी संदर्भांनाही संयतपणा आहे. कवितेचा स्वर देहावर हक्क बजावणारा तर नाहीच पण विलक्षण आर्जवी, आश्वासक व सांसारिक व्यथांमुळे झिजलेल्या देहाच्या पडझडीला खुलवणारा, शांतवणारा आहे.

'मला भरपूर वाढून
स्वतः अर्धपोटी राहून
काळोखातच फिरविशी
गार बोटे गालावरुन
अर्ध मिटल्या पापणीत
स्वप्ने येती पंख लावून
बाचुकली होऊन का ग
कुठेतरी जाती पळून
जाती जशा उल्का जळून.
अशी थोडी ये ग जवळ
डोळ्यांच्या पाकळ्या पुसून
गळ्याखाली थांबवलेल्या
दुःखाचेही हंडे ओतून

आधीच या भाराखालून
गेलोत पुरते वाकून
कर्दळी ग माझ्या सये
नको जाऊ गदगदून
थोडी ठेव वीज जपून ॥'

याच 'ऐसा गा मी ब्रह्म' संग्रहातील 'त्याने यावे' ही मला आवडणारी कविता... यातला कवीचा आवाज खडा आणि बुलंद लागला आहे. 'गर्जेल तो पडेल काय'ची जाणीव ठेवून सुर्वे अन्यायाविरुद्ध दंड थोपटण्यासाठी हरलेल्या,खचलेल्या, वंचित, पीडित अशा सर्वांना आवतण देत आहेत. जात पात धर्म भाषा प्रांत यांतील सर्व दुर्बल घटकांतली सुप्त शक्ती जागृत होऊन श्रमसूर्यावर आधारित नव्या सामाजिक रचनेची स्थापना व्हावी यासाठीचाच हा प्रयत्न आहे.

तर 'माझे विद्यापीठ' मधली 'उगीचच' ही सुर्व्यांवरील प्रसंगोपात्त निराशेचे औदासीन्याचे मळभ रेखाटणारी आहे. सामान्य माणसाच्या जीवनातला ऊन पावसाचा खेळ, त्याची निरर्थकता आणि त्याचं केवळ अठरा शब्दांतलं हे वर्णन इतकं आरवार जमलंय की त्यात एक अधिकउणा शब्द आयुष्याच्या तगमगीचा आब घालवता.

'उगीचच जोडली बायकोपोरे -
सगेसोयरे
उगीचच कुडून घेतलं
एक घर- जन्मभर
सर्व वाटा उंबरठ्यावर
विसर्जित केल्या
उगीचच!
हेही उगीचच.'

यातला शेवटचा 'उगीचच' तर कवीच्या अस्तित्वालाच डंख करणारा आहे. स्वतःचं याप्रकारे मूल्यमापन करू पाहणाऱ्या शब्दांतली असीम ताकद हेच सुर्व्यांचं मोठेपण असं मला वाटतं.

'तर तेव्हा एक कर' या कवितेत प्रेम, जिव्हाळा, सृष्टिनियमांचं

भान, आयुष्याच्या अपरिहार्यतेचा स्वीकार आणि स्त्री–पुरुष नात्यातल्या उदात्त बांधिलकीचा आविष्कार दिसतो. 'जन पळभर म्हणतील हाय हाय' म्हणत असहाय्य, कुढणारा हा स्वर नसून ठाम, सच्चा आणि समजूतदार आहे.

'कढ आवर, नवे हिरवे चूडे भर
उगीचच चिरवेदनेच्या नादी लागू नको!
खुशाल; खुशाल तुला आवडेल असे नवे घर कर
मला स्मरुन कर
हवे तर; मला विस्मरुन कर!'

तर पांढरपेशा जीवनाला अपरिचित अशा निम्न आर्थिक स्तरातल्या स्त्रीची मनीआडर वाचून वाचक सर्द होतो. तिच्या समंजस कराराची जातकुळीही अवाक करणारी आहे. कामगारवस्तीत वावरल्यामुळे सुर्व्यांचं जग सहवेदनेने भरलेलं आणि भारलेलं दिसतं. त्याचा प्रत्यय देणारी आक्शी बावनकशी अशी ही 'मनीआडर'...

'आंग ठनाकतयं पर म्हनावं गावापेक्षा बरं हाय.
ढगावानी माणूस येतो आन्
म्हामूर होतो बगा....
मागं एक गिर्हाईक आलं,
'हितं ह्यान्यापरीस
बाईल व्हशील का?' म्हनलं....
'आता हाय की मी शेजंला, तुमच्या' म्या म्हनलं,
तवा ते तरपाटलं.
अखख्या पुरुस जातीचं मला हसू आलं.
ह्ये कातडं लई वंगाळ बगा
मानूस गोचिडवानी चिकाटतं
आन् कायबी बोलून जातं....'

सुर्व्यांच्या कवितेचे रंग अंतर्मुख करणारे आणि दृष्टीलाही आगळा उजळपणा देणारे आहेत.

जगण्याच्या अटळ धडपडीतून स्रवलेल्या प्रामाणिक धारणा व

अधिष्ठानाचा परिपाक असलेली सुर्व्यांची कविता वाचून समीक्षक दिगंबर पाध्ये यांच्या, 'कलात्मकतेच्या नावाखाली किरट्या होत चाललेल्या मराठी कवितेला पुन्हा एकदा वास्तव जीवनाच्या खुल्या मार्गावर आणण्याचे कार्य करून मराठी कवितेला सुर्वे यांनी एक नवे वळण दिले आहे',या विधानाची साक्ष पटते.

कृत्रिमता, गळेकाढूपणा याचं संपूर्ण वावडं असलेली सुर्व्यांची कविता स्वतःच्या स्वाभाविक मर्यादांचं भान ठेवूनही आशावादी व भविष्याच्या विशाल शक्यतांना सर्वार्थाने कवेत घेणारी आहे

❑

१६

विंदा करंदीकर

बालकवितांचा खजिना

जन्मानंतर सर्वप्रथम साहित्य, सूर आणि गेयतेशी आपली तोंडओळख बडबडगीतांतून होते. 'अडगुलं मडगुलं सोन्याचं कडगुलं ' किंवा 'इथे इथे बस रे मोरा, बाळा घाली चारा' सारख्या ओळींनी किती पिढ्यांमधे संजीवन भरलं याची मोजदाद करणं कठीण आहे. या वाटेवरचं पुढचं ठिकाण बालकवितेचं. या दालनात विंदांच्या समृद्ध, लोभस आणि चौफेर जाणिवेचा हात फिरतो तेव्हा होणारी जादू वयाच्या कुठल्याही टप्प्यावर अनुभवता येते. विंदा करंदीकर यांचे बालकवितासंग्रह पुढीलप्रमाणे प्रसिद्ध झाले.

'राणीची बाग', 'एकदा काय झाले' (१९६१)
'एटू लोकांचा देश', 'सशाचे कान' (१९६३)
'परी ग परी' (१९६५)
'सर्कसवाला' (१९७५)
'पिशी मावशी आणि तिची भुतावळ' (१९८१),
'अडम् अडम्' (१९८५)
'टॉप', 'सात एके सात', 'बागुलबुवा' (१९९३)

आपल्या धाकट्या मुलाला भयगंडातून बाहेर काढण्यासाठी लिहिलेल्या विंदांच्या बालकवितेतला आशय, चैतन्य आणि लहानग्यांच्या

मानसिकतेशी असणारी तिची जवळीक वैयक्तिकतेचा हा संदर्भ पूर्णतः दूर सारतात. बालमन जागरूकपणे स्पंजासारखं (sponge) भवताल शोषत असतं. पक्षी, प्राणी, कुटुंबातली माणसं, झाडं, खेळणी यांच्या लकबी, स्वभाव व निरीक्षणं आणि तिची अभिव्यक्ती नैसर्गिक, प्रामाणिक, निरागस आणि विनासंकोच होते. अशा वेळी बालकवितेचे लहानांनी लिहिलेलं व लहान होऊन लिहिलेलं असे दोन भाग मी करते.

करंदीकरांपूर्वी वा. गो. मायदेव, भा. रा. तांबे, बालकवी, कुसुमाग्रज, आणि नंतर सदानंद रेगे, मंगेश पाडगावकर सारख्या अनेकांनी बालकविता, शिशुगीते लिहिली. त्या त्या वेळच्या सामाजिक परिस्थितीनुरूप मुलांच्या संगोपनात समाविष्ट होत असलेला निसर्ग, आईबाबा, भावंडं, हट्ट, रुसवे-फुगवे यांचं चित्रण त्यांत झालं. मात्र भाषेचं सामर्थ्य आजमावल्यानंतर, वयाच्या परिपक्व टप्प्यावर मुलांत मूल होऊन रमणाऱ्या करंदीकरांनी त्यांच्या बालकवितेतून आबालवृद्धांना अंतर्मुख करायचं शिवधनुष्य लीलया पेललं. याचं रहस्य मला वाटतं त्यांच्या कवितेने साधलेल्या बरोबरीच्या नात्यात दडलंय.

मला आठवतं, लहानपणी दोन मोठी माणसं बोलत असताना मध्ये लुडबुडू नये किंवा 'काय बोलताय' विचारल्यावर 'तुला कळणार नाही' म्हणून क्वचित दटावलं जात असे. यामुळे प्रचंड विरस व्हायचा. मग मी आणि आजोबा यांडुगुंडूच्या असंबद्ध भाषेत बोलत 'आमचं' खास गुपित इतरांपासून लपवू शकल्यामुळे मात्र कोण आनंद होई. असं हे बरोबरीचं नातं सहजच म्हणून जातं, 'अकलेचा कांदा पुरला तर...', 'ढगा पाणी असून फुकट, तुला कुठे लागतं तिखट', 'त्या दिवशी शाळेमध्ये आमचा अभ्यास होणार कसा? मास्तर आपले नेहमीसारखे शिकवत होते भसाभसा', 'राजा म्हणाला मी शूर, पोपट म्हणाला तू क्रूर...' किंवा परिस्थितीचं अचूक आकलन करणारा अरू मोठा झाल्यावर जादूगार व्हायचं ठरवतो कारण, माझ्या जादूच्याच गुणे डमडम डमरु टिपरी टरुरु...

'भाऊ मग ना फीसाठी
राहिल वर्गाच्या पाठी,

भाड्याकरता मग भय्या
देईल ना दारी ठिय्या...'

हे करताना, करंदीकर गेयता व काव्य याचा सुंदर मेळ घालतात. शिवाय दृश्य प्रतिमांची लयलूट करतात. जिराफाची मानेइतकी लांब तान, अफ्रिकेतली माडाएवढी तुळस, दिवाळीतल्या करंज्यांच्या झालेल्या चिमण्या, ढगांचे उंट नि तट्टू, आजोबांच्या पोटापेक्षा मोठा फणस... अशा असंख्य... प्रतिमा डोळ्यांसमोर तात्काळ साकारतात.

न कळत्या वयात अंधार, बागुलबुवा, भुतंखेतं यांचे उल्लेख बरेचदा मोठ्यांकडून कानावर पडतात. व्रात्यपणा, हूडपणाला आवर घालण्यासाठी दाखवल्या जाणाऱ्या या भीतिदायक प्रतिमाही करंदीकर convincingly छानपैकी खुलवतात.

'बागुलबोवा पण म्हातारा,
उमर तयाची काय विचारा,
सात कमी वय सात हजारा!
काही न त्याला दुसरे पचते
पोर शेंबडे रडवे रुचते
घेऊन जातो असली बाळे
आणिक भरतो अपुले ढोले....'

'पिशी मावशी आणि तिची भुतावळ' या कवितासंग्रहात याच बिरादरीतले आग्यावेताळ, महासमंध, आणि गावाकडे हमखास भेटणारा मुंज्या..

'आला आला पिंपळावरुन
एक मुंज्या संध्या करुन
त्याची पोथी चालत येते;
हळुच त्याच्या हातात जाते.
रक्तासारखी पाने लाल
खुणेसाठी असते पाल;
पाल लागली चुकचुक करू,
पोथीवाचन झाले सुरू;....

हेंगाड वेंगाड फेंगाड भेंगाड
फेंगाड भेंगाड हेंगाड वेंगाड...'

वरकरणी अर्थहीन वाटणारे हे नादमय शब्द मुलांच्या सृजनक्षमतेला खाद्य पुरवतात.

मातृभाषा आणि व्यक्तिमत्त्व विकास यांचं परस्पर पूरकत्व आता सर्वश्रुत आहे. विंदा कवितेतून मुलांचं केवळ कुतूहल शमवत नाहीत तर ज्ञानेंद्रियांना चेतवून आनंदाची कारंजी फुलवतात. भीतीखालोखाल आणखी एक अद्भुत जग असतं फॅण्टसीचं! असाच एक एटू लोकांचा देश व त्याची भौगोलिक रचना विशद करताना ते म्हणतात -

'तिबेटाच्या जरा खाली
हिमालयाच्या जरा वर
एटू लोकांचा अद्भुत देश
प्रत्येकाजवळ उडते घर!
'टिंग' म्हणता येते खाली
'टुंग' म्हणता जाते वर.'

वास्तव आणि कल्पित यांच्या जोडीने साकारलेल्या या देशाची वैभवशाली संस्कृती विलक्षण बारकाव्यांसहित मोहकपणे तिचा दिमाख सांगते. तिथले रीतिरिवाज, राजकारण, उद्योगधंदे, नद्या नि दूधदुभते वाचताना आपली चाळिशी फक्त डोळ्यांवर उरते आणि आपण मात्र कवितेतून रुजणाऱ्या वृक्षाची नऊ लक्ष फुले विस्मयाने न्याहाळतो.

यात सगळ्यात सुखद व विषण्ण करणारा अनुभव एकाच वेळी येतो तो 'परी ग परी' वाचताना... परीचं अस्तित्व सिद्ध होतं तेच मुळी शीतल चांदण्यात स्वप्नकाजव्यांनी जडावलेल्या पापण्यांच्या साक्षीने... अशा वेळी चालायची रीतभात नसलेली परी वाचकाला वयाचा संदर्भ अलगद झुगारून द्यायला लावते.

'जाईतून गेली जुईतून आली
ही काय चालण्याची रीत का झाली?
पाचूचं बेट, गाठलन् थेट
तिथं तरी त्याची झाली का भेट?
सगळीकडे हेच, दुसऱ्यांना पेच
धुक्यातनं गेलं की दवाची ठेच!'

हे वाचलं की बालकवितासंग्रह फक्त आपल्या लेकीचे राहत नाहीत.

'चांदोबाने कविता केली
हातामधून पडली खाली
एका परीने झेलली हातात
आणि काढली चित्रे त्यात
मग कवितेत शिरला सूर
गेली उडून दूर दूर...'

म्हणूनच विंदांच्या बालकविता केवळ लहान मुलांसाठी नसून दुर्दम्य आशाआकांक्षा व संवेदनशील मन असलेल्या, व्यावहारिक जगातल्या ठोकताळ्यांची सांगड घालताना लागलेल्या ठेचा पचवून दिक्कालातीत स्वच्छंद भ्रमण करू इच्छिणाऱ्या सर्व वयांतल्या प्रत्येकात लपलेल्या मुलांसाठी आहेत.

पुस्तकनिर्मितीत मुखपृष्ठ कलाकृती म्हणून गणली जावी असा पायंडा पाडणारे पॉप्युलरचे रामदास भटकळ यांनी प्रत्येक कवितासंग्रहाचा जणू एक उत्सव केला आहे. कागद, छपाई, रसरशीत रेखाचित्रं यांचा ठसा जरूर अनुभवावा. वसंत सरवटे, पद्मा सहस्रबुद्धे, रत्नाकर मतकरी, अनिल दाभाडे, पुंडलीक वझे, सुभाष अवचट, दत्तात्रय पाडेकर, साईनाथ रावराणे या सर्वांनी रंगरेषांनी त्यांत असा काही जीव ओतलाय की ही इटुकली पुस्तकं स्वतः मैफल भरवून काव्यवाचन करताहेत असं वाटावं.

याबद्दल बोलताना एका गमतीशीर आठवणीचा उल्लेख स्वतः भटकळांनी केला. प्रथितयश लेखिका कै. मालतीबाई दांडेकरांनी या कवितासंग्रहाचं परीक्षण करताना पुस्तकांची त्या काळची रुपये दोन ही किंमत अवाजवी महाग आहे, असा शेरा दिला होता. वास्तविक उपरिनिर्देशित चित्रकारांपैकी बहुतेकांना त्यांच्या त्या वेळच्या मूल्यानुसार मानधन न देता आल्याची खंत भटकळ आजही जागवतात. कवितेवरच्या व लहान मुलांवरच्या प्रेमाने व बांधिलकीने कवी, चित्रकार, प्रकाशक या त्रयीने नफ्यातोटच्यापेक्षा अजरामर साहित्य म्हणून राखलेला आब आजच्याही किंमतीवरून आपल्या सहज लक्षात येतो.

❑

१७

नीरजा

अस्वस्थ मी, अशांत मी,
ओल हरवलेली माती

साहित्य रसिकांना 'नीरजा' कवयित्री म्हणून सुपरिचित आहेत. मिलिंद बोकील, राजन खान, मेघना पेठे इत्यादींची केवळ समकालीन म्हणून नव्हे तर कथेच्या विश्वात दमदार व आश्वासक पाऊल रोवणाऱ्या म्हणूनही त्यांचा समावेश करावा लागेल. अलीकडेच त्यांचे 'अस्वस्थ मी, अशांत मी' (२०१८) व 'ओल हरवलेली माती' (२००६) असे दोन कथासंग्रह प्रकाशनाच्या उलट्या क्रमाने वाचनात आले. ज्येष्ठ समीक्षक प्रा. म. सु. पाटील यांच्या त्या कन्या. इंग्रजी साहित्यात पदव्युत्तर शिक्षण घेतलेल्या नीरजा यांची समांतर कारकिर्द महाविद्यालयात अध्यापिका म्हणून झाली. दुसरीकडे वयाच्या सतराव्या वर्षापासून आजतागायत म्हणजे चाळीस वर्षं अव्याहतपणे लिहिणाऱ्या नीरजांनी साहित्यातलं कथेचं दालन पहिलं धुंडाळलं. मात्र कविता प्रथम प्रकाशित झाल्यामुळे सुरुवातीला कवयित्री म्हणून त्या ओळखीच्या झाल्या.

मला कादंबरी आणि कथा हे शास्त्रीय संगीतातल्या विलंबित अर्थात बडा ख्याल व मध्य लयीच्या छोटचा ख्यालाशी समांतर वाटतात. साधारणपणे गाण्यातील तालमीचा श्रीगणेशा मध्य लयीच्या ख्यालाने होत असला तरी त्याची बढत तब्येतीत जमण्यासाठी रागावर व त्याचबरोबर

लयीशी असलेल्या त्याच्या सूक्ष्म ताळमेळावर गायकाची घट्ट पकड यावी लागते. रागाचं विराटरूपदर्शन जसं विलंपतात होतं तेवढंच कसदार गायक ते मध्य लयीच्या छोट्या ख्यालातूनही घडवू शकतो.

तर सांगायचा मुद्दा असा की, कादंबरीचा आवाका मोठा असला तरी जाणिवेची प्रगल्भता, मानवी स्वभावाचे विविध कंगोरे त्याच नजाकतीने व सार्थपणे कथेतूनही प्रतीत होऊ शकतात.

या दोन्ही संग्रहांतील बहुतांश कथा स्त्रीच्या इर्दगिर्द फिरत असल्या तरी त्यांना स्त्रीवादी म्हणणं मला तितकंसं पसंत नाही. कथेचं बीज हे स्त्री किंवा पुरुष असण्यात नसून माणसांच्या परस्पर नातेसंबंधांत, विशिष्ट सामाजिक परिस्थितीतल्या त्यांच्या अभिव्यक्ती, प्रतिक्रिया यांत दडलेलं असतं. या कथांतले नायक नायिका जसे प्रवाहपतित, तडजोडी करणारे आहेत तसेच सुजाणपणे परिस्थितीशी दोन हात करणारे, बंडखोर, आक्रमक व क्वचित अन्याय करणारेही आहेत. स्त्री किंवा पुरुषप्रधान संस्कृतीची भलावण करायचा प्रश्न इथं गौण असून नीरजा कथेतून माणूस नामक प्राण्याच्या चमत्कारिक, प्रसंगी अविश्वसनीय कृतींचा आणि त्यामागील मानसिक गुंतागुंतींचा मागोवा घेते. म्हणून 'गुंता' कथेतील नायिका कुमुद 'माणसं कशी काय बदलत असतील आणि अशी बदलताना आपण आजूबाजूला काय काय उद्ध्वस्त करत चाललो आहोत ह्याचा विचारही येत नसेल का त्यांच्या मनात?' असं विधान करते.

दोन्ही कथासंग्रहांत प्रामुख्याने शहरी पार्श्वभूमीवर आधारित कथा आहेत. त्यांत मध्यमवर्गीय अभिरुचीत सापडणारा माफक निसर्ग सापडतो. 'रत्नप्रभा जाधव वर्तमानपत्रातील बातमी होते तेव्हा' मधली नायिका, 'ओल हरवलेली माती'मधली फातिमाबी, 'सत्तेची काठी'मधला वशा अशी मोजकी पात्रं सोडली तर इतर सुशिक्षित व मध्यमवर्गीय समाजाचं प्रतिनिधित्व करतात.पत्रांतून उलगडत जाणारी 'प्रिय....', लेखिकेच्या वास्तव व काल्पनिक जगातल्या भूमिकांच्या सरमिसळीमुळे आकाराला येणारी 'नवी कथा', 'भास-आभास' मधल्या उतारवयाकडे झुकू लागलेल्या एकाकी नायिकेच्या आत्मकथनाला मिळणारा अनपेक्षित शेवट, 'श्रीकांत विनायकची गोष्ट'कथेतल्या नायकाचा आतल्या आवाजाबरोबरचा संवाद

ही उदाहरणं सोडल्यास नीरजा धक्का तंत्रावर फारशी मदार ठेवत नाहीत.

दोन्ही कथासंग्रहांत मिळून एकूण बावीस कथांचे घाट सुबक असून खिळवून ठेवणारे व आत्मशोधाला प्रवृत्त करणारे आहेत.

'मी आणि माझी कथा'लेखात ही प्रक्रिया मांडताना स्वतः नीरजा म्हणतात, 'स्त्री-पुरुष' नातेसंबंध आणि त्यातलं सत्ताकारण हा माझ्या कुतूहलाचा विषय आहे. नात्यातलं क्रौर्यही मला फार महत्त्वाचं वाटतं. माझ्या कथांमधील जवळजवळ सर्वच स्त्रिया या आत्मभान आलेल्या आणि स्वत:ला मिळालेल्या वागणुकीने दुखावलेल्या आहेत.

नर-मादी ते स्त्री-पुरुष पर्यंतच्या प्रवासातले असंख्य टप्पे, हेलकावे रेखाटणारी नीरजा यांची कथा राजकीय, सामाजिक घडामोडी संदर्भात काहीशी उदासीन असली तरी मानवी नातेसंबंधांसारख्या जटिल विषयाचे पापुद्रे उलगडणारी व त्यायोगे अस्सल जीवनदृष्टी देणारी आहे यात वाद नाही.

रसिकांनी जरूर आस्वादावी अशी...

❑

१८

अरविंद गोखले

मंजुळा

'साठा उत्तराची कहाणी,
पाचा उत्तरी सुफळ संपूर्ण...'

अरविंद गोखले यांच्या १९४८ ते १९५२ या कालावधीत लिहिलेल्या व 'माहेर', 'मीलन', 'कमळण' आणि 'जागरण' 'संग्रहांत समाविष्ट झालेल्या कथांपैकी निवडक पंचवीस कथांचा संग्रह 'मंजुळा' नावाने १९६२ साली पॉप्युलरतर्फे प्रकाशित करण्यात आला. आपल्या कारकिर्दीत एकूण पाच लघुत्तम कथासंग्रह, पस्तीस लघुकथा संग्रह, सहा दीर्घ कथासंग्रह, दहा ललितलेख संग्रह, शिवाय दि. बा. मोकाशी, सदानंद रेगे आदींच्या उत्कृष्ट कथांच्या संपादनाचं विपुल कार्य केलेल्या अरविंद गोखले यांचं कथेशी अंगीकारलेलं 'एकपत्नीव्रत' हे प्रतिज्ञेपेक्षा प्रेमाचा आविष्कार आहे असं म्हटल्यास वावगं ठरू नये. अमेरिकन कवयित्री माया एंजेलो म्हणते; 'There is no greater agony than bearing an untold story inside you.' मधल्या तथ्याला, सभोवतालच्या घटना व अनुभूतींना मूर्त रूप देणारी, जाणिवेच्या सूक्ष्म स्पंदांनी साकारणारी अरविंद गोखले यांची कथा तिच्या सहजतेने व सकस आशयाने वाचकांना आकृष्ट करते यात शंका नाही. माणसांप्रमाणे निसर्गातल्या प्राणी-पक्षी, वृक्ष-वेली

इतकंच काय पण निर्जीव वस्तूंतील भावतरंग अभिव्यक्त करणारी, त्यांचे अंतरंग दृग्गोचर करणारी तेजस्वी, मोहमयी कथा तिच्या कवडशांनी वाचकविश्व उजळून टाकते.

पहिल्याच 'जोडीदार' कथेत शांती, मनोहर घाटे, आणि रत्नमाला सरदेशपांडे ही मनातल्या जोडीदाराशी सोयरीक जुळावी म्हणून प्रयत्नशील असलेली तिघं... सामान्यतः बरोबरीच्या अथवा उच्चभ्रू सामाजिक, सधन आर्थिक स्तरांतली महत्त्वाकांक्षी स्वप्नं बघण्याच्या मानवी स्वभावामुळे संलग्न अशा आशानिराशेच्या खेळाचे धनी. समरसून स्वप्नांचे इमले बांधावेत आणि पुढच्या खेळाडूच्या अस्तित्वासरशी ते गडगडावेत अशी ही स्वाभाविक उतरंड वाचकाला खिन्न करते. किंवा खंडाळ्यासारख्या आडगावी वसलेल्या अनूची सुखी संसाराची शीग भरली असतानाच मैत्रीण काशीमार्फत खास दोस्त यशवंत देशमुखच्या प्रेमभंगामुळे झालेल्या सैरभैर मन:स्थितीचा उल्लेख ऐकून ती 'सॅडिस्ट प्लेजर' मिळवते. तर वर्षभरानंतरच्या भेटीत त्याच दोस्ताच्या आलबेलीच्या, शरयू नामक कोणा मुलीच्या प्रेमात पडून लग्नोपरांत अमेरिकेला जाणार असल्याच्या हकिकतीने सुखाला ग्रहण लागलेली अनू! मानवी मनाचे हे तरल ताणेबाणे तिच्या समस्त बारकाव्यांसहित चिमटीत पकडणारी अरविंद गोखले यांच्या कथेतील पात्रं अंगभूत स्वाभाविकतेने प्रकटतात. भाषेचा तोरा व भडकपणाचा आधार न घेता नैसर्गिक घडामोडींमधलं नाट्य रेखाटण्याची किमया पदोपदी दिसते. बहुतांशी मध्यमवर्गीय कक्षेत सामान्य घटनांचे निनाद, प्रापंचिक आशानिराशेचे पडसाद, बदलत्या सामाजिक समजुती व आकलन, हलाखी, पोकळ यश, पराभवाचे दारुण प्रसंग, मनाच्या तळात लपवलेल्या, दामटवून गप्प बसवलेल्या भावनांचा उद्रेक घडवतात. हे उद्रेकाचे क्षण झेपवताना किंवा त्यांचा मुकाबला करताना या सामान्य माणसांचे पराक्रम बघण्याची दिव्य दृष्टी वाचकांना देणं, यासाठी सर्वस्वी लेखकाचा कस लागतो.

'आमंत्रण' कथेतले विसूभाऊ कोण्या ज्योतिष्याच्या मृत्यूविषयक भाकितामुळे जगण्यातली उमेद घालवून निरवानिरव करू लागलेत. वर्तवलेल्या कालात मृत्यूने चकवल्यावरही इतके भरकटतात की बायको,

नातेवाईक, जीव लावणारे काका यांच्या प्रयत्नांना दाद न देता जीवनाचं दान निरर्थक समजून विहिरीत जीव देतात. तर 'पुराचं पाणी' ही अद्याप मिसरूडही न फुटलेल्या दोन भिन्नप्रकृती मित्रांची गोष्ट. बबन्याच्या बेदरकार मस्तीचं पर्यवसान पुराच्या पाण्यात पडून जीव गमावण्यात होतं तर ही अकल्पित घटना थोपवू न शकल्याच्या दुःखाने संभ्रमित झालेला भित्रट स्वभावाचा भावड्याही स्वतःला त्या पुरात झोकून देतो. बबन्याचा वाचवण्यासाठीचा आक्रोश आणि तो डोळ्यासमोर दिसेनासा झाल्यावर भावड्याच्या मनातला कल्लोळ व बबन्यामागे जाण्याच्या निर्णयातली केविलवाणी अगतिकता वाचकाच्या अंगावर काटा आणते.

यांतील जवळपास सर्वच 'नर', 'मंजुळा', 'जोडगोळी', 'स्पंज', 'कारकुनांच्या बिऱ्हाडातून', इत्यादी कथांतल्या आपापसांतील प्रेमद्वेषाच्या 'love hate relationships'च्या अगणित छटा अनुभवणे हा विलक्षण प्रकार आहे. लग्नाचा डाव फसलेला पण अपत्यासाठी आसुसलेला नर, लग्नानंतरच्या जबाबदाऱ्यांमध्ये पिचलेला पण दिवसअखेर बायकोच्या डोक्यावरून वत्सल हात फिरवणारा 'लेकुरवाळा'मधला बापू, जन्मजात शारीरिक व्यंगामुळे एकमेकांना चिकटलेले पण स्वतंत्र अस्तित्व असलेले आणि सतत कुतरओढ होणारे 'जोडगोळी'मधले डेव्हिड नि दयानंद. घाण्याला जुंपलेल्या व संघर्षाचे निरनिराळे स्तर असलेल्या पात्रांचं आयुष्याच्या अटळ परीक्षांना सामोरं जाताना होणारं उन्नयन, अधोगती, ओढाताण हे अस्वस्थ करणारे अनुभव आहेत.

'मंजुळा' कथेची नायिका; परिस्थितिवश कुचंबणा, न झेपणारी दगदग, हरवलेलं स्वास्थ्य, पर्यायाने लोपत चाललेल्या कामजीवनातील उत्साहाने त्रस्त आहे. कथेचा संयमी पण सूक्ष्म आलेख पन्नासच्या दशकातील नोकरीनिमित्त घराबाहेर पडलेल्या व कौटुंबिक तोल सांभाळताना मेटाकुटीला आलेल्या स्त्रीवर, तिच्या राहणीमानाच्या तपशिलांबरोबर स्त्री-पुरुषाच्या बदलत्या सामाजिक भूमिका व स्थानावरही प्रकाश टाकतो.

काही वेगळ्या उल्लेखनीय कथांपैकी, 'पारू', 'अर्थात', 'रामशरणची गाय', हिची 'गावाकडच्या मोकळ्या निसर्गसान्निध्यातून शहरातल्या बकाल गोठ्यात झालेली पाठवणी', 'तिचा सुटण्यासाठीचा प्रतिकार' व

'हतबलतेची गोष्ट...' तर 'माहेर' कथेची नायिका म्हणजे वहिनीच्या माहेराहून सासरी रुजलेल्या वेलीची गोष्ट. वहिनीचा भरला संसार समाधानाने पाहणारी, बहरणारी, क्वचित कोणाचं लक्ष नाही असं वाटून हिरमुसणारी आणि मांडव घालायचं म्हणताच क्षणात सलज्ज डोलणारी वेल गोखल्यांनी छान रंगवली आहे. लहानपणी शाळेत 'पुस्तकाचे मनोगत', 'गोधडीचे आत्मवृत्त' हे निबंध विषय अचानक आठवायचं कारण म्हणजे 'आरामखुर्ची' ही अप्रतिम कथा. मुंबईच्या कफ परेडच्या मिसेस चॅटरवुड यांच्या आलिशान दिवाणखान्यातली तुळतुळीत पॉलिश केलेली आरामखुर्ची बाबूराव तांबेकरांनी आपल्या चंद्रमहाल चाळीतल्या चवथ्या मजल्यावरील दीड खण बिऱ्हाडात आणली. ज्येष्ठ कनिष्ठ सदस्यांनी ठासून भरलेल्या संसाराच्या अडगळीत खिडकीजवळची कौतुकाची जागा पटकावत ती मात्र कायमची खिळून राहिली. मग सहस्र डोळे फुटल्यागत तिच्या वेताच्या विणीतून बाबुरावांच्या संसाराचं झिरझिरीत वस्त्र निरखण्याची करामत वाचकांसमोर गोखले अप्रतिम नजाकतीने ठेवतात.

नवकथेची रुजवात व मार्ग प्रशस्त करणारा अरविंद गोखले यांचा 'मंजुळा' हा कथासंग्रह! 'कथा ही कलावंताचं स्वातंत्र्य अबाधित राखते. समाजातील अनेक समस्यांवर ती प्रकाशझोत टाकते. एकामागून एक लिहीत जाणाऱ्या लघुकथेमुळे लेखक सतत सौंदर्य व सत्य यांच्या सान्निध्यात असतो', असा विचार देणारे गोखले यांचं कथाकार्य व विवेचन बहुमोल आहे.साचेबद्धपणाचा अभाव, चैतन्य सळसळत ठेवणारं लेखन आणि माणसाच्या मनाच्या तळाशी सूर मारणारी अरविंद गोखले यांची कथा, जे. के. रॉलिंगच्या, 'There's always a room for a story that can transport people to another place.' वाक्याचा वेळोवेळी प्रत्यय देते हे नक्की....

❑

१९

विजय तेंडुलकर

मी जिंकलो, मी हरलो

रंगदेवतेला विनम्र अभिवादन करून,

कोरोना सावटामुळे संगीत मैफली किंवा नाटकांचे प्रयोग या सर्वांवरच गेले पाच एक महिने गदा आली आहे. पण कला साहित्याचं प्रयोजन केवळ प्रयोगाधिष्ठित असून त्याचं मोजमाप फक्त लौकिक यशापयशात व्हावं हे मात्र मंजूर नाही. दोन दिवसांपूर्वी अनिश्चिततेच्या या परिस्थितीत विजय तेंडुलकर यांच्या 'मी जिंकलो मी हरलो' नाटकाची संहिता वाचली. तिने काही प्रश्नांशी पुन्हा एकदा दोन हात करायला भाग पाडलं.

विजय तेंडुलकर (जन्म : ६ जानेवारी १९२८ - मृत्यू : १९ मे २००८) यांची ओळख नसलेला नाट्य व साहित्य रसिक मिळणं दुरापास्त! मराठीत अठ्ठावीस नाटकं, सात एकांकिका संग्रह, सहा मुलांसाठी नाटकं, चार कथासंग्रह, तीन ललित निबंध संग्रह, दोन कादंबऱ्या आणि सतरा चित्रपट संहिता. ही आकडेवारी छाती दडपवणारी आहे.

प्रस्तुत नाटक १९६३ साली रंगमंचावर आलं ज्याचा नायक माधव असून अनू, गायक मित्र शेखर, दादा, आक्का अशी इतर प्रमुख पात्रं आहेत.

माधव हा नाटकाचा नायक अनूशी प्रेमविवाहबद्ध होऊन कारकुनी करत प्रपंच रेटीत आहे. मात्र नाट्यअभिनेता होणं ही त्याची अंतरीची

तळमळ आहे. अनूचा या नाट्यवेडाला विरोध नसला तरी चारचौघांप्रमाणे नियमित पगाराची नोकरी करत फावल्या वेळात जोपासायचा हा छंद आहे, यावर ती आपल्या आईवडिलांशी सहमत आहे. पहिल्या अंकात, अभिनयाचा सूर गवसल्यामुळे व त्यावर प्रेक्षक आणि गायक मित्र शेखर सुखात्मे यांच्याकडून अनुकूल प्रतिसाद मिळाल्यामुळे नोकरी सोडून पूर्ण वेळ नाट्यकलेला वाहून घेण्याचा इरादा तो पक्का करतो. अर्थात निवडलेला रस्ता कठीण असल्याची जाणीव असून नोकरीत मिळू शकणाऱ्या मर्यादित स्वास्थ्यावर तिलांजली द्यायला माधव तयार आहे.

दुसऱ्या अंकात नाटकामुळे पदरी आलेल्या आशानिराशा, हालअपेष्टा सोसूनही माधवची उमेद कायम असली तरी अनू मात्र परिस्थितीच्या विचित्र कचाट्यात अडकली आहे. ओढगस्त संसार, बाळंतपणाच्या उंबरठ्यावर तब्येतीच्या असंख्य तक्रारींनी गांजल्यामुळे नाटकापासून परावृत्त होण्यासाठी ती माधवला निक्षून बजावत आहे. ही नाडणूक जाचक असली तरी माधवचा निरुपाय दिसत असतानाच दुसरा अंक संपतो.

मध्यंतरी सहा वर्षं उलटल्यावर नाटकाचा तिसरा अंक सुरू होतो. तेव्हा शेखर सुखात्मे दारूच्या आधीन झाला आहे. शालिनी हे मायाजाल दूर करून गावी निघून गेली आहे. अनू-माधवच्या संसारवेलीवर फूल उमललंय तर नलूचंही लग्न झालंय. माधवने तडजोडी करत इथपर्यंत निभावलं आहे. वरकरणी आलबेल दिसत असलं तरी दादा, मधू व अनूनी माधवच्या चित्रपटातील टुकार भूमिकेवर सुज्ञ शेरेबाजी केली आहे. पैशासाठी तडजोड म्हणावी तर चेक वटण्याबद्दलही माधवच्या मनात धाकधूक आहे. शेखर आणि माधवला यांतली गफलत उमगली आहे. प्राप्त परिस्थितीवरचा तोडगा म्हणून अनूने शालिनीला परत बोलवावं अशी माधवला विनंतीही केली आहे. तसंच न पटलेल्या तद्दन गल्लाभरू भूमिका नाकारण्याचं बळ यावं म्हणून स्वत: नोकरी करायचीही तयारी दाखवली आहे. मात्र पुन्हा खडतर मार्ग स्वीकारायचं आव्हान आणि अवसान न पेलवत माधव पैशासाठी मळलेल्या वाटेवर चालायचं ठरवत पुढे, कदाचित येऊ शकतील, अशा आशावादी ठिकाणांची स्वप्नं पाहतोय; तर त्याचा हा निर्णय अनूला हरल्याची चाहूल देतो आणि पडदा पडतो.

नाटकाचा प्रवास माधवच्या नाट्यअभिनेता होण्याच्या निर्णयाचा मानसिक आणि नातेसंबंधांवरील परिणामांचा परामर्श घेतं.

प्रख्यात नाट्यसमीक्षक माधव मनोहर नाटकाविषयी म्हणतात, 'नाटक जीवनाला आरसा म्हणजेच प्रतिबिंब दाखवते, प्रतिबिंबित वस्तू नव्हे.' अर्थात इथं रंगवली गेलेली पात्रं व वास्तव यांत सरमिसळ होणं स्वाभाविक आहे. वयाच्या पस्तिशीपर्यंत नाटककार तेंडुलकर यांनी परिस्थितीचे चटके आणि संसारातील प्रश्न पुरेसे अनुभवले असणार. आजही समाजात पैसा, प्रसिद्धी ही यशाची परिमाणं आहेत. मग जिंकणं हरणं ही तात्पुरती घटनेच्या संदर्भात करायची विधानं संपूर्ण आयुष्याबाबत लागू होतात का? मनाविरुद्ध निर्णय घेऊन दुसऱ्याच्या समाधानासाठी हसत वागवलेल्या ओझ्यांना जिंकणं म्हणावं की हरणं? कलेचं आणि व्यवहाराचं गणित जुळत नाही म्हटल्यावर आयुष्याशी तडजोड केलेले किती तरी कलावंत आपल्या अवतीभवती वावरत आहेत. शिवाय लौकिक यशाच्या शिखरावर विराजमान होऊनही मनातून खंतावलेले कलाकार नसतीलच हेही कठीण. असं असताना तेंडुलकरांसारखा नाटककार 'मी जिंकलो मी हरलो'मधून पात्रांच्या बाह्य वर्तन व यशापयशाच्या रूढ संकल्पनांच्या सामाजिक संकेतांविषयी असंख्य अनुत्तरित किंवा न चर्चिलेले प्रश्न रसिकांच्या ओंजळीत टाकत आहे. एकाच नाण्याच्या छापा आणि काटा या अपेक्षित बाजूंऐवजी नाणं मधल्या परिघातच कलंडत ठेवणं हेच संहितेचं यश आहे. रही बात जिंकण्या-हरण्याची, तर ती केवळ कलाकाराच्या अखत्यारीतील बाब थोडीच आहे? ही वैचारिक पोच रसिक कलाकारांमधे बाणावी हा नाटककाराचा सुप्त पण महत्त्वाचा हेतू साध्य झाल्याची पावती तेंडुलकरांना द्यायलाच हवी! तेंडुलकरांना अभिप्रेत असलेली जगण्यातली 'अप्रतिहतता' जिंकण्याहरण्याहून कैक पटींनी मोठी आहे. हेमिंग्वेच्या म्हातारबाबाने अजरामर केलेल्या सत्याला तेंडुलकरी अंदाजात भिडणंही निःसंशय सुंदर!!!

'लेखनाच्या संदर्भात आणि एकूण जीवनसंघर्षाच्या प्रवाहात माणसाला यश कधी मिळणारच नाही, तो नित्य पराभूतच राहणार, असं तुम्हांला वाटतं का?' या प्रश्नाचं उत्तर देताना तेंडुलकर म्हणतात, 'आजच्या

लढाया हरण्यासाठीच आहेत असं मी म्हणतो त्यात उद्याच्या विजयाचीही अपेक्षा आहे. मी पराभूतांचं तत्त्वज्ञान मांडतो – पराभूततेचं नाही.'

विजया मेहता यांनी 'झिम्मा' या त्यांच्या आत्मचरित्रात, 'मी जिंकलो मी हरलो' या नाटकाविषयीच्या आठवणींना उजाळा दिला आहे. त्यात प्रा. के. ना. वाटवे यांचे जावई सुप्रसिद्ध अभिनेते शरद तळवलकरांच्या कारकिर्दीवरून तेंडुलकरांना नाटकाचा विषय सुचणं, गायक नट शेखर सुखात्मे म्हणून डॉ. वसंतराव देशपांडे यांनी स्टेजवर पेटीवर दोनतीन गझला गाणं व 'मी जिंकलो मी हरलो'च्या पन्नासएक प्रयोगांमुळे रंगायनच्या गंगाजळीत कधी नव्हे ती शिल्लक जमा होणं असे रंजक तपशील आपल्याला कळतात. तर अशी ही 'मी जिंकलो मी हरलो'ची रंगरंगीली कहाणी. या नाटकाने कलेसाठी कला की जीवनासाठी कला हा जुनाच वाद अनू माधवकरवी पुनरुज्जीवित केला आहे.

वसंत सरवटे यांनी नाटकाच्या संहितेवर भाष्य करताना मुखपृष्ठावर दिलेल्या कल्पित फाशांवरती प्रत्येक बाजूला एक किंवा सहाचे दान असणं हेच मुळी जिंकण्या हरण्याच्या संकल्पनेचा फोलपणा दाखवून देतात.

❑

२०

भार्गवराम विठ्ठल वरेरकर

भूमिकन्या सीता

पॉप्युलरने प्रकाशित केलेल्या भार्गवराम ऊर्फ मामा वरेरकर यांच्या 'भूमिकन्या सीते'ला नुकतीच पासष्ट वर्षं पूर्ण झाली आहेत. रामायण आणि महाभारत ही महाकाव्यं आपण तमाम भारतीयांचाच नव्हे तर जागतिक आस्थेचा, आदराचा, जिव्हाळ्याचा आणि जिज्ञासेचा विषय आहेत. वाल्मीकी रामायणावर आधारित या नाटकाची कथा पूर्वापारपासून परिचित म्हणजे रामजानकीचीच असली तरी तिची नायिका ही 'भूमिकन्या' सीता व सहनायिका तितक्याच प्रज्ञेची आणि 'स्त्री'च्या अस्मितेविषयी जागरूक असलेली व सामाजिक तरतमासंदर्भात थेट रामाला जाब विचारणारी धैर्यशील उर्मिला आहे.

अलीकडे माधुरी डोंगळीकर या कवयित्रीची;

'ऊर्मिलेच्या वनवासाची ऐकली का कधी कथा?
कोणालाही कधी न कळली
तिच्या मनीची व्यथा!'

ही कविता वाचनात आली आणि तात्काळ आठवलं ते वरेरकरांचं 'भूमिकन्या सीता.'

'मानस-मन्दिर में सती,

पती की प्रतिमा थाप,

जलती सी उस विरह में,

बनी आरती आप' म्हणत मैथिली शरण गुप्त यांनी 'साकेत'मधून ऊर्मिलेच्या व्यथेला अंशतः स्पर्श केला असला तरी पती विरहापेक्षा गहन अशा तिच्या प्रश्नांना वाचा फोडली ती मामा वरेरकरांनीच.

अशा पौराणिक वा ऐतिहासिक कथाभागावर आधारलेल्या नाटकांविषयी मूलभूत समस्या मांडताना नाट्यसमीक्षक माधव मनोहर म्हणतात, 'या संबंधात एक ठरावीक प्रश्न नेहमीच संभवतो. तो म्हणजे पुराणेतिहास व तज्जन्य नाट्याभ्यास यांच्या संबंधातील संबंधांचा. पहिला प्रश्न म्हणजे अर्थातच हे नाट्यरूप इतिहासास अनुसरणारे आहे की नाही? आणि कदाचित ऐतिहासिक घटनाक्रमास अनुसरणारे असेल तर त्यातील गृहीत व्यक्तित्वाचे आविष्कार पुराणेतिहासास यथोचित न्याय देतात की नाही?'

मूळ वाल्मीकी 'रामायण' व कालिदासाचं 'रघुवंश' रामकथा सांगताना नायक असून रामाचं वर्णन परखड व समस्त गुणदोषांसह करतात. त्याच वेळी इतर व्यक्तिरेखांनाही केवळ गतानुगतिक म्हणून रेखाटत नाहीत. सबब एकदा अग्निदिव्य करूनही प्रजाननांच्या शंकेचं निरसन न झाल्याने सीतेचा त्याग, पण वाल्मीकी ऋषींकडून लवकुशाचं जन्मरहस्य व सीतेच्या चारित्र्याविषयी निर्वाळा होऊनही राजा राम तिला पुन्हा शुद्धीविषयी शपथ करायला सांगितल्याची हकिकत वाल्मीकी रामायणात आलेली आहे.

'जगाला धडे द्यायची जबाबदारी ज्यांच्यावर असते त्यांना असंच कठोर व्हावं लागतं. निष्कलंक राहावं लागतं' म्हणून अग्निदिव्याचा हसत स्वीकार करणारी, पुढेही डोहाळे पुरवायच्या निमित्ताने लक्ष्मणाकरवी परस्पर त्यागणाऱ्या रामाचा लोकाराधनेचा हेतू कळताच हत व दुःखी झालेली गंर्भार सीता पतीवरील श्रद्धेत तसूभरही उणेपणा येऊ न देता म्हणते, 'त्यांनी माझा त्याग केला, पण माझा त्याग करताना अंतःकरणाला यातना झाल्या नसतील का त्यांच्या? या यातना मला जाणवल्या नाहीत तर मी अर्धांगी कसली त्यांची? सूर्यवंशाचा अंकुर आहे माझ्या उदरात तो

जगवलाच पाहिजे मला.' मात्र अश्वमेधाच्या सांगतेप्रसंगी ऋषी वाल्मिकींच्या निवेदनानंतरही रामाने शुद्धिशपथेचा प्रस्ताव ठेवल्यावर सीता केवळ अनुगामिनी न राहता, निराधार शंकाकुशंकांमुळे समस्त स्त्री जातीची मानखंडना सहन न होऊन तिचा प्रतिकार करणारी तेजस्विनी बनते. ती निक्षून सांगते, 'राजा रामचंद्रा, मी दिव्य करते आहे, पण ते माझ्या शुद्धीच्या प्रस्थापनेसाठी नव्हे! पतितपावन म्हणून ज्यांचा जयजयकार होतो आहे तो हा राम नव्हे, तो सीताराम आहे. रघुकुलोत्पन्न रामाशिवाय मी कुठल्याही पुरुषाचं चिंतनसुद्धा केलं नसेल, कायेनं, वाचेनं आणि मनानं जर मी रामाचीच आराधना केली असेल तर ही विष्णुपत्नी, ही माझी माता, ही भूमाता आपल्या ह्या कन्येला ह्या क्षणालाच ठाव देईल.'

सीतेवरील अन्यायाची धग प्रखरतेने जाणवलेली व त्यासाठी लक्ष्मण व साक्षात रामचंद्रांना खडे बोल सुनावणारी ऊर्मिला ही 'भूमिकन्या सीते'चं निर्विवाद बलस्थान आहे. सीतेकडून अग्निदिव्याची हकिकत समजल्यावरचा पुढचा संवाद पाहू :

ऊर्मिला : लोकांसाठी? स्वत:साठी नव्हे? सत्यासाठी नव्हे? सीते माझ्या अल्पबुद्धीला हे पटत नाही. चौदा वर्षं मी हा एकांतवास अनुभवत्येय. निष्प्रेम जीवनाच्या खाईत सारखं पेटत होतं माझं मन. सारखं चिंतन करत होते एकाचंच! त्या एकाला माझी आठवणसुद्धा नव्हती. आज मी पारखी झाले आहे माझ्या त्या उत्तमांगापासून! ज्या लोकाराधनेसाठी तुम्ही हे भयंकर दिव्य केलं त्या लोकांनी आठवण केली का माझी? सहा महिने तू रावणाच्या बंदीत होतीस म्हणून तुझा संशय घेतला, चौदा वर्षं ह्या अयोध्येच्या बंदीत मी पडले आहे, का कुणी माझा संशय घेतला नाही?

चौदा वर्षं मी संन्यासिनीसारखी राहिले ती कोणत्या वृत्तीच्या जोरावर? हे पौरुष नव्हतं का माझं? देहभेदानेच का वृत्तिभेद ठरवायचा?

सीता : कसं सुचलं हे तुला?

ऊर्मिला : चौदा वर्षं मी काय करत होते? तू वनवासात होतीस. तुला घर नव्हतं, वैभव नव्हतं. मी घरात, वैभवात होते तरीही मी उघडी होते. निराधार होते. त्या एकाकी जीवनानेच मला विचार करायची सक्ती

केली अन् त्या विचारातून मला जे काही कळलं ते हेच की, विधात्याच्या सृष्टीत स्त्री ती स्त्री अन् पुरुष तो पुरुष.'

केवळ याच प्रसंगात नाही तर वनवासात नेण्याबद्दल लक्ष्मणाने तिला जमेत न धरणाऱ्या, अयोध्येत पुनरागमन झाल्यानंतरही रामाच्या सेवेपुढे व आज्ञापालनासमोर ज्याला पत्नीविषयीची कर्तव्यं आठवू नयेत त्या पतीबद्दलच्या भावनांना ज्येष्ठ बहीण व सम्राज्ञी सीतेकडे तिने मोकळी वाट करून दिली आहे. मात्र सर्वांत धारिष्ट्याचं म्हणजे राजा राम सीतेचा पुन्हा त्याग करायला निघाले आहेत व हे कार्य ते लक्ष्मणाकरवी करणार असल्याचा सुगावा लागताच सीतेची बाजू लढवत तर्कसंगत कठोर वाणीने प्रत्यक्ष रामचंद्रांना निरुत्तर केलं आहे. सीतेला अंधारात ठेवून तिला ठोठावलेली गृहत्यागाची शिक्षा व या आज्ञापालनासाठी लक्ष्मणाकडून होत असलेलं दुर्धर पाप थांबवण्यासाठीचा तिचा कठोर प्रयास वरेरकरांच्या शब्दांत वाचून, रामकथेने बंधुप्रेम, मात्यापित्यांचं आदेशपालन, प्रजाहितदक्षतेमुळे शिरोधार्य ठरलेलं स्वयंशासन यांचाच नव्हे तर सत्यप्रस्थापनेसाठी निर्भयपणे प्रत्यक्ष सत्ताकेंद्राशी व आदर्शांशी पुकारलेल्या विरोधाच्या हाकेचंही बुलंद उन्नयन साधलं आहे यात शंका नाही.

नाटकाची संहिता वरेरकरांच्या व्यापक संवेदनशील दृष्टिकोनाची झलक दाखवते. स्त्रीवादी भूमिकेची कास धरताना निवडलेली अभिजात रामकथेची पार्श्वभूमी, रामलक्ष्मणांनी पतिकर्तव्यापेक्षा प्रजाकर्तव्याला दिलेला अग्रक्रम यात रामावर शरसंधान साधणं अथवा हिंदू आस्थांविषयी अनादर प्रकट करणं हा हेतू नसून रामराज्यातल्या सामाजिक संकेतांचा स्तर व त्यामुळे निर्माण झालेल्या बिकट परिस्थितीतही समस्त मानवी गुणदोषांनी लिप्त व अभिप्रेत मार्गक्रमण करताना वैयक्तिक, कौटुंबिक, राजकीय व सामाजिक गुंतागुंतीमुळे ओढवलेल्या मानसिक तणावांचं वर्णन आहे. वरेरकरांचं 'भूमिकन्या सीता' आततायी रामभक्तांना प्रमादित वाटायचा संभव असला तरी त्याचा सूर निःसंशय प्रामाणिक आहे. इथला राम राजकर्तव्याच्या कटिबद्धतेसमोर हतबल आहे.

'माझा नाटकी संसार' या आत्मचरित्रात खुद्द वरेरकरांनी 'भूमिकन्ये'-विषयी सांगितलेली हकिकत रंजक व उद्बोधक आहे. १९५८ साली

रांगणेकरांनी 'भूमिकन्या' रंगभूमीवर आणलं. त्यासाठी सीता म्हणून ज्योत्स्नाबाई भोळे, कुसुम कुलकर्णी या ऊर्मिला व प्रसिद्ध चित्रपट अभिनेता शाहू मोडक यांची रामाच्या भूमिकेसाठी योजना झाली. वरेरकरांच्या सांगण्यावरून ग.दि. माडगूळकरांनी सुंदर पदं रचली तर स्नेहल भाटकरांनी अनुरूप चालींनी ती सजवली. स्त्रीवादी नाटकात आपल्या कमजोर भूमिकेमुळे आपण फिके पडत आहोत असं वाटून मोडकांनी ऊर्मिलेच्या महत्त्वाच्या वाक्यांना कात्री लावली. ही बाब नट अथवा दिग्दर्शकाच्या अखत्यारीतली नसून नाटककाराचा व नाटकाचा अशा रितीने गळा कापणं प्रयोगांसाठी जीवघेणं ठरलं. तरी प्रकाशक रामदास भटकळांच्या अभिरुचिसंपन्न दूरदर्शित्वामुळे ही सकस संहिता त्या आधीच म्हणजे २८ एप्रिल १९५५ ला छापून प्रकाशित झाली होती.

नटाच्या 'स्वयंप्रज्ञ दांडगाईने' नाटकात अवाजवी फेरफार केल्यामुळे नाटकाच्या प्रयोगांना बसलेला फटका असो किंवा सत्तेचा काटेरी मुकुट वागवताना कर्तव्यकठोर रामाच्या आदर्शांची पायमल्ली करत केवळ कुटुंबहितैषी निर्णय घेणारे संधिसाधू व आपमतलबी राजकारणी असोत, 'भूमिकन्या सीते'चं चिरंतन मूल्य आजही आपल्या डोळ्यात अंजन घालून जातं हे नक्की!

❑

२१

श्यामकान्त सरदेसाई

श्यामकान्तची पत्रे

गोविंद सखाराम सरदेसाई जे बहुतेकांना 'रियासतकार' म्हणून परिचित आहेत, त्यांची थोडी अप्रकाशित बाजू सांगायची तर त्यांनी चौऱ्याण्णव वर्षांच्या दीर्घायुष्यात दोन्ही मुलांचा अकाली मृत्यू पचवूनही 'रियासती'च्या रूपाने इतिहास संशोधनासाठी स्वतःला वाहून घेतलं. इतकंच नव्हे, तर ज्येष्ठ पुत्र श्यामकान्त जर्मनीत आतड्याच्या क्षयाने मरण पावल्यानंतरही दुःखावेग आवरून १९३४ मध्ये पितापुत्रांचा हृद्य संवाद 'श्यामकान्तची पत्रे' या पुस्तकरूपाने प्रसिद्ध करून भावी पिढ्यांसमोर इतिहासातला अत्यंत तेजःपुंज कवडसा ठेवला आहे.

लाडक्या आणि कर्तृत्ववान लेकाचं असं चिरंतन स्मारक करताना पिता म्हणून दुःख व हताशेइतकाच आत्मचिंतन व संगोपनासंबंधी झालेल्या त्रुटींचा कबुलीजबाब देणारे सरदेसाई आपल्याला परखड पारदर्शी म्हणून अधिक जवळचे व वंद्य वाटतात. संगोपनाच्या दृष्टीने आपली राष्ट्रीय प्रजा कार्यक्षम निपजावी व त्या संबंधात पालकांकडून होत असलेल्या चुका वेळीच सुधारल्या जाव्यात या प्रामाणिक उद्देशाने केलेली ही खटपट पुस्तक वाचल्यानंतर वाचकांना विचार करायला निश्चित प्रवृत्त करेल यात शंका नाही.

मृत्यूने दार ठोठावलं नाही असं घर उभ्या पंचक्रोशीत सापडत नाही

हे वास्तव आपण प्रत्येक जण मान्य करतो. त्या अर्थी श्यामकान्त सरदेसाई या होतकरू तरुणाचा वयाच्या सव्विसाव्या वर्षी झालेला अकाली मृत्यू ही घटना अभागी असली तरी अलौकिक नाही. पण पत्रं वाचताना कळत जाणारा सुबुद्ध, समंजस, व्यासंगी, मेहनती, कला-खेळ, अभ्यासात निपुण असलेला, समाजाविषयी दायित्व निभावणारा, मित्र, भावंडं, सहाध्यायी यांविषयी प्रेम जिव्हाळा असणारा, उदात्त विचारांचा श्यामकान्त वाचकांच्या हृदयात घर करतो. पत्रांच्या शेवटी आजाराचं गांभीर्य, हालअपेष्टा व यातनांना ज्या धीरोदात्तपणे सामोरा जातो तिथं त्याचं असामान्यत्व स्पष्ट होतं.

श्यामकान्तचा जन्म ५ मे १८९९ व मृत्यू २८ नोव्हेंबर १९२५ सालचा. साधारण शंभर सव्वाशे वर्षांपूर्वीचा काळ लक्षात घेतला तर वयाच्या तेराव्या वर्षी शिक्षणासाठी शांतिनिकेतन, बोलपूर (कलकत्ता) इथं दाखल होणारा श्यामकान्त हे विरळा उदाहरण होय. सरदेसाई बडोदे संस्थानात नोकरीस असताना श्यामकान्तचा जन्म व बालपण आजोळी कोकणात तर नंतर साधारण दहा वर्षं त्याचं बडोद्यात वास्तव्य होतं. इथून नवख्या वातावरणात, अपरिचित भाषा व संस्कृतीच्या बंगालात रुजणंच नव्हे तर अभ्यास, गायन, भाषा, नाटक या सर्वांतच आपली छाप प्रत्यक्ष रवींद्रनाथांवर पाडणं ही गोष्ट विचक्षण बुद्धिमत्ता, तीव्र आकलनशक्ती, चिकाटी, अविरत धडपड आणि लोभस वृत्ती याच जोरावर शक्य झाल्याचे उल्लेख पत्रांत येतातच. तिथंही तब्येतीच्या असंख्य कुरबुरींना सहनशीलतेने तोंड देताना त्याचा अभ्यास व व्यक्तिमत्त्व विकासावर जराही परिणाम न होऊ देणारा श्यामकान्त सर्वसामान्य मुलांपेक्षा नक्कीच अधिक परिपक्व व ध्येयवादी तरुण होता.

> 'सब की पूजा एक सी अलग अलग हर रीत;
> मस्जिद जाए मौलवी और कोयल गाए गीत ।'

निदा फाज़लींच्या ओळींप्रमाणे हातात शस्त्र घेऊन उठाव करणं काय किंवा शिक्षणाचा उपयोग देशोन्नतीसाठी होईल याचा निदिध्यास या दोन्ही देशभक्तीच्याच निरनिराळ्या परी नाहीत का?

शांतिनिकेतन इथून लिहिलेल्या पत्रांतून तिथली शिक्षण पद्धती,

रवींद्रनाथांचं व्यक्तिमत्त्व, कार्य, परिवार, श्यामकान्तची आईवडील, भावंडं व घराविषयीची ओढ यांचे मिळणारे तपशील ऐतिहासिक दृष्ट्याच नव्हे तर मानसशास्त्रीय दृष्ट्याही रंजक आणि उद्बोधक आहेत. मोडी, मराठी व इंग्रजीत सफाईदारपणे लिहिणारा श्यामकान्त स्वयंपाक, मच्छरांच्या उच्छादामुळे नियमानुसार मच्छरदाणी घेण्यासाठी आलेला एक रुपया आठ आण्यांचा हिशोब, अभ्यासातील विषयांचे मार्क्स, मॅट्रिक परीक्षा लवकरात लवकर उत्तीर्ण होण्यामागील वडील करत असलेल्या कष्ट व खर्चाची जाणीव, आश्रमाच्या आजूबाजूचा परिसर, झाडं, आईला न चुकता स्वतःचं वजन कळवणारा श्यामकान्त जीवनाने रसरसलेला होता. स्वच्छता, व्यायाम, सामाजिक बांधिलकी, वादविवाद सभा, बंगाली नाटकं, भीमराव हसूरकरांकडे गाण्याची तालीम अशा सर्वांगांनी घडणारा श्यामकान्त एतद्देशीय दूरदर्शी, जाणकार प्रतिष्ठित आसामी इतकाच परदेशी लोकांमध्येही नावाजला जात होता यात नवल ते काय! नमुन्यादाखल, ‘पुष्कळदा जेवताना मला आमटी, पिठल्याची व लसणीच्या तिखटाची आठवण होते’, ‘हरिभाऊंचं ‘उषःकाल’ तर इतकं चांगलं आहे की ते हातातून खाली ठेववतच नाही’, किंवा ‘पहाटे उठून आम्ही डोंगरावर चढून हंड्रू गावात गेलो. येथे सुवर्णरेखा नदी एका कड्यावरून दोन हजार फूट उंचीवरून पडत होती.’ प्रत्येक पत्रागणिक भुरळ घालणाऱ्या श्यामकान्तचं असाधारणत्व जेन ऑस्टेन म्हणते तसं, 'There is no charm equal to tenderness of heart' यात आहे.

पत्रांच्या दुसऱ्या खंडात फर्ग्युसन कॉलेज पर्वातला पत्रव्यवहार आहे. तर खंड तीन ते सातमध्ये युरोपातील प्रयाणापासून अखेरच्या आजारापर्यंतची निवडक पत्रं छापली आहेत. या सर्व पत्रांतून होणारं श्यामकान्तचं दर्शन कमालीचं विलोभनीय आहे. मराठी, बंगाली, इंग्रजी इतकंच जर्मन भाषेवर प्रभुत्व मिळवणारा, हिंदुस्थानाच्या प्रगतीसाठी आवश्यक धंदेशिक्षणाची (technical education)ची कास धरणारा, शिक्षणासाठी होत असलेल्या रकमेची तरतूद व खर्चाचा ताळमेळ आखणारा, परदेशातल्या स्त्री-पुरुष संबंध व व्यसनाधीनतेसारख्या धोक्याच्या जागा हेरून त्यात वाहवत न जाण्यासंबंधी पालकांना आश्वस्त करणारा,

टेनिस, पिंगपाँग व डोंगरदऱ्यांतल्या भटकंतीचा आस्वाद घेणारा रसिकहृदयी, जर्मनीतील राजकीय, सामाजिक व आर्थिक घडामोडींचे विश्लेषण करणारा, Oil and Fat विषयांत Ph. D. मिळवणारा आणि आजाराच्या गंभीर परिणतीची कुणकूण लागल्यावरही मनावरचा संयम ढळू न देता मात्यापित्यांना धीर देणारा अशा श्यामकान्तची नियतीने केलेली वंचना पाहून आपण सुन्न होतो. आणि तेव्हाच, 'A man can be destroyed but not defeated' या हेमिंग्वेच्या विधानातलं तथ्य आपल्याला पटू लागतं.

पुस्तकात आलेली श्यामकान्तची छायाचित्रं, हस्ताक्षर नमुने, त्याच्या मृत्यूनंतरचे शोकसंदेश या शोकांतिकेला अजरामर साहित्याचं निर्विवाद स्थान बहाल करतात. १९३४ साली ढवळे यांनी प्रकाशित केलेला हा दुर्मिळ पत्रसंग्रह रामदास भटकळ यांच्या गुणग्राहक व पारखी नजरेने १९९८ साली पॉप्युलरतर्फे 'श्रेयस' आवृत्तीच्या रूपात पुनःप्रकाशित केला आहे. अनेक तत्कालीन साहित्यिकांनी गौरवलेल्या संग्रहाचं मोल सुजाण वाचकांनी वाचून सार्थकी लावावं ही आग्रहाची विनंती.

❑

२२

विश्राम बेडेकर

सीलिसबर्गची पत्रे

'ले जा रे जा रे पथिकवा
इतनो संदेसा पिया को...'

पत्रलेखनाच्या विस्तीर्ण प्रदेशात दीर्घकाळ ठसा उमटवू शकेल अशा, पण काहीशा दुर्लक्षित राहिलेल्या 'सीलिसबर्गची पत्रे' या विश्राम बेडेकरांच्या छोटेखानी पुस्तकाविषयी हे मनोगत!

विश्वनाथ चिंतामणी बेडेकर उर्फ विश्राम बेडेकर (जन्म : १३ ऑगस्ट १९०६ - मृत्यू : ३० ऑक्टोबर १९९८) हे महाराष्ट्रीय सांस्कृतिक व कलाविश्वातील एक उत्तुंग सारस्वत. चित्रपट क्षेत्रात दिग्दर्शक, पटकथाकार म्हणून कारकीर्द गाजवत असतानाच दुसरीकडे 'रणांगण', 'टिळक आणि आगरकर', 'एक झाड आणि दोन पक्षी' अशा एकापेक्षा एक सरस पण मोजक्या कलाकृतींनी साहित्यातली कादंबरी, नाटक, आत्मचरित्र ही दालनं त्यांनी उजळून टाकली.

१९७७-७८ सालामध्ये एक छोटा चित्रपट करण्यासाठी महर्षी महेश योगी यांच्या स्वित्झर्लंडमधील आश्रमात व्यतीत केलेल्या काळादरम्यान पुण्याला पत्नी सौ मालतीबाई बेडेकरांना पाठवलेली ही अनोखी पत्रं!

अनौपचारिक पत्रांची देवघेव म्हणजे हृदयाच्या तारा जुळलेल्या दोन व्यक्तींमधला वार्तालाप, जिथलं अनुभवकथन हा सत्याच्या समीप जायचा सर्वांत प्रभावी मार्ग होय. यात लिहिणाऱ्याचा स्वभाव, त्याचं आकलन, त्याच्या संवेदना कळत नकळत झिरपतात. जी. ए. कुलकर्णी – ग्रेस या दोन कलासक्त सुहृदांचा बंध असो किंवा श्यामकान्त व गो. स. सरदेसाई या पितापुत्रांचा संवाद असो किंवा मग मालतीबाई आणि बेडेकर पतिपत्नींची पत्रभेट असो, दोघांतल्या शारीरिक अंतराला न जुमानता 'अचपळ मन माझे नावरे आवरिता, तुजविण शीण होतो...' च्या समस्येचं समाधान म्हणजे विचारांचा व भावनांचा प्रपात झेलू व जिरवू शकेल अशा व्यक्तीपर्यंत पत्ररूपाने पोचणं.

बेडेकरांच्या 'एक झाड दोन पक्षी' (१९८४) आत्मचरित्राचा शेवट याच पत्रप्रपंचाच्या आठवणींनी झाला आहे. त्यानंतर एका वर्षाने १९८५ साली हा पत्रसंग्रह प्रकाशित करायचा निर्णय स्वतः बेडेकरांनी घेतला याचं कारण कदाचित पत्रांचं रूढार्थाने खासगी किंवा वैयक्तिक नसलेलं स्वरूप आणि सर्वसामान्य माणसाला सुप्त आकर्षण असलेल्या आध्यात्मिक दुनियेतील घडामोडी, चालीरिती, धारणा, भूमिका, नियम व त्याचा केंद्रबिंदू असलेल्या व्यक्तींसंदर्भात अनेक डोळे दिपवणारे व प्रसंगी डोळे उघडणारे तपशील देणारं म्हणून या पत्रसंग्रहाचं स्वतंत्र अस्तित्व, हे असावं.

बाळूताईंशी विवाह झाल्यावर अल्पावधीतच म्हणजे १९३८ साली 'सिनेमॅटोग्राफी' च्या अभ्यासासाठी निमसरकारी शिष्यवृत्ती मिळवून बेडेकर इंग्लंडला रवाना झाले. त्या दरम्यानची पत्रं प्रेम व विरहज्वराने भरली भारली असल्याचा खुलासा आत्मचरित्रात होतो. त्याच प्रेमाचा प्रगल्भ आविष्कार तब्बल चाळीस वर्षांनंतर लिहिलेल्या या सीलिसबर्गच्या पत्रांतून वाचकही अनुभवू शकतात.

'क्वांटम मेकॅनिक्सचा एक महत्त्वाचा शोध आहे, जेव्हा एखादा प्रेक्षक (ऑब्झर्वर) एखाद्या वस्तूकडे नुसते बघतो तेव्हा त्या नुसत्या बघण्याने बघितलेल्या वस्तूमधे फरक व्हायला सुरुवात होते. चाळीस वर्षांपूर्वी मी

तुझ्याकडे प्रथम बघितलं तेव्हा तुझ्यात फरक व्हायला लागला की नाही? मी तुझ्याकडे बघत राहिलो आणि तू बदलत गेलीस आणि तू माझ्याकडे बघायला लागलीस आणि मी मूळचा माणूस म्हणून उरलोच नाही.'

या पत्रांतून स्वित्झर्लंडचा निसर्ग, संस्कृती व वातावरण वाचकांपुढे ठेवतानाचे शब्द व वर्णनं बेडेकर कॅमेरा लेन्सच्या नजाकतीने व कौशल्याने हाताळतात. निसर्गाचं उदात्त दर्शन आणि विस्मयकारी आविष्कार पाहून स्तिमित झालेले बेडेकर लिहितात, 'भोवतालच्या सगळ्या सौंदर्याचे जयघोषाने स्वागत करीत असलेला आवाज म्हणजे गाईच्या गळ्यातल्या घंटांचा! चरताना त्यांच्या माना आणि मुंडकी वरखाली होतात आणि घनपाठी ब्राह्मणांच्या वेद म्हणण्याची आठवण करून देतात.' किंवा 'अर्ध्या स्वित्झर्लंडभर पसरलेले लुझर्नचे सरोवर! रात्री काठावरचे दिवे लागतात,तेव्हा दूध प्यावे तसे हे सरोवर लाटांच्या जिभल्या चाटीत प्रकाशाच्या धारा आपल्या पोटात रिचवीत असते.' किंवा 'बर्फ पडले आहे. एवढे धिप्पाड डोंगर पण आता पांढरे मऊ दिसतात. झाडांच्या वाळलेल्या उभ्या फांद्या पांढऱ्या मेणबत्त्यांसारख्या दिसतात. त्यांच्यावर ऊन पडते आणि मग त्यांना जागोजागी ज्योती फुटताहेत असा भास होतो.' माणसांइतकीच रसरशीत असलेल्या बर्न, लुझर्न, झुरिक, इंटरलाकन या स्विस शहरांची रसरशीत स्वभावचित्रं ही बेडेकरांच्या लेखणीची किमया आहे. एरिक ऐझेन या अमेरिकन आणि रॉय या ब्रिटिश तरुणांची असोत किंवा खुद्द महर्षी महेश योगी यांची व्यक्तिचित्रं अफलातून उतरली आहेत.

पत्रांतून अखंड सुरू असलेला नर्मविनोदी प्रसन्नतेचा आणि विचारमंथनाचा वावर त्यांना गहिरा आशय प्रदान करतो. 'भाषेला नुसतेच शब्द नसतात. तिचे स्वतःचे ॲक्सेंट्सही (आघात) असतात.' आणि मग महर्षींचा आवडता सिद्धान्त, शब्दांना नुसताच अर्थ नसतो, नुसताच ध्वनी नसतो, तर ऋग्वेदातील काही शब्द हे वास्तवातल्या वस्तूंनी घेतलेले ध्वनिरूप अवतार आहेत', याचाही मी गंभीरपणे विचार करू लागतो.' अथवा, 'मला अलीकडे वाटायला लागले आहे वर्णनासाठी उपमेचा आश्रय घेणे म्हणजे अनुभव वाचकापर्यंत जसाच्या तसा पोचवण्याच्या

जबाबदारीपासून दूर पळणे. उपमा सृष्टिरचनेच्या साम्यविरोधाच्या कोड्यावर, सृष्टीने आपल्यापासून लपवून ठेवलेल्या रहस्यांवर किंवा विधात्याच्या वर्कशॉपमधल्या अनेक युक्त्याक्लृप्त्यांवर प्रकाश टाकते खरी, पण ते समाधान मूलतः बौद्धिक असते. अनुभवाची तीव्रता मनाला जाणवू देण्याची, अगदी भिडवण्याची शक्ती उपमेमधे क्वचितच असते' किंवा 'आता या वयात जिथे कंटाळा येणार नाही अशी जागा कोणती? आपण खरोखर हवेसे असू अशी किती माणसे कुठेशी असतील?'

खाण्यापिण्याची चंगळ सांगताना बेडेकर लिहितात, 'काजू, पिस्ते, बदाम, मनुका, अक्रोड, खारका, खजूर, निरनिराळ्या ब्रेड्सनी, फळांनी भरलेल्या पेटाऱ्यांचीही रांग आहे. चारपाच तऱ्हेचे जॅम्स, मोरंबे, कॉटेज चीज यांनी भरलेली मोठी पातेली आहेत आणि शेवटी एक मोठे भांडे इसबगोलाच्या लहान गोळ्यांनी भरलेले दिसते. ते नेहमी लवकर संपते असे कळले.'

तर सुबत्ता, सौंदर्य, साधनांची मुबलकता असलेल्या वातावरणातही चित्रपटाचं काम मनासारखं पुढे सरकत नसल्याने उद्विग्न झालेले बेडेकर लिहितात, 'दोन अडीच तासांच्या फिल्मचा एक स्क्रिप्ट लिहून काढला. इथे फिल्म काढायची साधने भरपूर आहेत पण कारभार संस्थानी. व्याप प्रचंड आणि विस्तृत. महर्षींच्या शब्दाशिवाय पान हलायचे नाही आणि ते इथे असले तरी दर्शन दुर्लभ.'

अशा या पत्ररूपी आठवणींचा कालावधी साधारण सहा महिन्यांचा आहे.

'Life finds its purpose and fulfillment in the expansion of happiness' असं सांगणाऱ्या महर्षींच्या आश्रमात व थोड्याफार सहवासात राहूनही संस्कृती, सरकार, धर्म, विविध देशांतील लोकांची मानसिकता, भारतीय लोकांचे स्वभाव, भावातीत ज्ञान इत्यादी तात्त्विक ऊहापोहामध्येही स्वतःकडे तटस्थपणे पाहू शकणारे बेडेकर 'बिनकण्याचा' असल्याच्या भावनेने ओशाळतात. तर टॉम स्टॉपर्डच्या, 'मला नक्की मत नाही. माझं मन गावशिवाराबाहेरच्या मोकळ्या कुरणासारखं आहे.' या

म्हणण्याचा आधार घेत; 'हवंय कुणाला ठाम मत?' असा या पत्रसंवादाचा समारोप करतात.

रॉबर्ट फ्रॉस्टने म्हटल्याप्रमाणे, 'In three words I can sum up everything I have learnt about life: It goes on.' जीवनाच्या याच अपरिहार्यतेकडे निर्देश करताना बेडेकरांच्या वाङ्मयीन दृष्टिकोनातली जिज्ञासा, रसिकता, विवेक, संयम, लेखनातील प्रयोगशील आशयगर्भ चैतन्य ही मूल्यं व तिचा उगम त्यांच्या जीवनविषयक दृष्टिकोनाचीच उपपत्ती आहे असं म्हटल्यास वावगं ठरू नये.

❑

२३

जी. ए. कुलकर्णी

जीएंची पत्रवेळा

स्नेहधारा,

मैत्री आणि मैत्र हे शब्द सकृत्‌दर्शनी सारख्या अर्थाचे प्रतीत झाले तरी त्यांच्या खोलीत म्हणजे depth मधे अंतर आहे. यासाठी वापरला जाणारा wavelength (तरंगलांबी) हा इंग्रजी शब्द दोघांतल्या वेलांटीचा अडसर घालवण्यासाठी मनाचे तरंग जुळावे लागतात याचा सूचक असावा. भौतिकशास्त्राच्या आधारे याचं मापन शक्य असेलही पण व्यक्तीव्यक्तींतील अशा जुळलेल्या wavelengths व बहरलेले ऋणानुबंध इतरेजनांना कळणं शक्य होतं ते आपापसांतील पत्रप्रपंचामुळे...

'पुढा स्नेह पाझरे, माघा चालती अक्षरे' यांचा प्रत्यय देणारे 'विश्रब्ध शारदा', रा ज. आणि सुलोचनाबाई देशमुख व नरहर कुरुंदकर यांचा पत्रव्यवहार, जी. ए. कुलकर्णी व सुनीताबाई देशपांडे यांचा पत्रप्रपंच किंवा 'श्यामकान्तची पत्रे' असोत. या पुस्तकांनी साहित्याचा पट देखणा केला आहे यात दुमत नाही. याच पंक्तीतल्या 'जीएंची पत्रवेळा' या पुस्तकाविषयी मी बोलणार आहे.

ग्रेस यांच्या कविता, ललितलेखन आणि जीएंच्या कथांमधले ताण व त्यांतून होणारं विश्वरूपदर्शन या दोन्हींना उदंड रसिकमान्यता व राजमान्यता मिळाली. पण जीएंचा सामाजिक वावर ग्रेसच्या मानाने अत्यल्प

राहिल्यामुळे त्यांच्याविषयी जनमानसात आजही कुतूहल दिसून येतं. 'जिगसॉ' पुस्तकातल्या 'अनोळख' या अप्रतिम लेखात जीएंच्या व्यक्तिविशेषांचा उल्लेख करताना रामदास भटकळांची पुढील विधाने मला महत्त्वाची वाटतात. 'ज्या लेखकाच्या कर्तृत्वाचं स्वागत करताना तोल जावा अशातले जीए होते' किंवा, 'माणसांना न भेटता त्यांना ओळखण्याची किंवा त्यांना सांभाळण्याची किमयादेखील जीएंना साधली होती. कोणाला दिलासा द्यायचा असेल, दरडावायचं असेल किंवा चिमटा काढायचा असला तरी पत्र हेच त्यांचं माध्यम! सभासंमेलनं व प्रसारमाध्यमातून हजेरी लावण्याचा मोह कसोशीने टाळताना केवळ आपल्या लेखनामुळे आपण ओळखले जावे ही जिद्द बाळगणारे जीए कसदार कथांप्रमाणे व्यक्तिगत आयुष्यात जपलेल्या कोषामुळेही झपाटून टाकतात.' त्याच लेखातला सर्वांत महत्त्वाचा तपशील म्हणजे, जीए व ग्रेस हे मित्रद्वय उभ्या आयुष्यात एकमेकांना कधी प्रत्यक्ष न भेटल्याचा. असा हा जगावेगळा अनाकलनीय बंध या पुस्तकामुळे आपण काही प्रमाणात का होईना कवेत घेऊ शकतो याचंच समाधान!

रूढार्थाने खासगी पत्रं ही कलाकृती म्हणून निर्मिली जात नाहीत. तसेच बहुतकरून पत्रलेखकाच्या पश्चात त्यांचं खासगीपण संपवून ती प्रकाशित केली जातात. अनुभवांच्या अभिव्यक्तीपेक्षा अनुभवांविषयीची अभिव्यक्ती त्यात असते. समीक्षेहून इथल्या टीकेचं स्वरूप धारदार, थेट व प्रामाणिक असतं. शिवाय प्रचार, बोध, मनोरंजन किंवा कलात्मकता हा प्रधान हेतू नसून 'हे हृदयीचे ते हृदयी' चा हा मामला... हे लक्षात घेऊन 'पत्रवेळा' कडे वळूया.

आंतर्देशीय पत्राचा मुखवटा असलेलं हे पुस्तक ग्रेसच्या जीएंना लिहिलेल्या अनावृत पत्राने सुरू होतं.

'पाकळी धरून हे फुलांत चालणे कसे?
नि देहकाजळीतही असे कसे निळे पिसे?'

'माझ्या कवितेच्या निर्वंश अनुवंशाचे गोत्र शोधून दाखवण्याच्या मैत्राच्या स्मारकावरचा हा शिलालेख.' नोव्हेंबर १९७१ सालापासून जुलै १९८७ पर्यंत म्हणजे जीएंच्या मृत्यूपूर्वी पाचेक महिन्यांपर्यंत होत राहिलेला

हा पत्रप्रपंच. जीएंनी ग्रेस व त्यांची कन्या डॉ. मिथिला यांना स्वतंत्रपणे व एकत्रितपणे लिहिलेली निवडक अठ्ठेचाळीस पत्रं.

कुठल्याही साहित्यप्रकारातील कलाकृतीचा समाजदायित्वाशी संबंध जोडण्याची गल्लत वाचक हमखास करतात. या संदर्भात बोलताना, ग्रेसच्या साहित्य अकादेमीवरील निवडीबद्दल अभिनंदन करून जीए म्हणतात, 'हा आनंद एका कवीची निवड झाली म्हणून जसा वाङ्मयीन आहे, तसा तो तुमची निवड झाली म्हणून वैयक्तिकही आहे. कदाचित दुसराच आनंद जास्त उत्कट असेल; कारण अमूर्त मूल्ये वा तत्त्वे कितीही उच्च असली तरी माझी स्वतःची निष्ठा या तत्त्वांपेक्षाही रक्तामांसाच्या माणसांकडे जास्त असते.

'आता मी थोडा उद्धटपणा करणार आहे. समाजाभिमुख होऊन लेखन करा वगैरे आडंबर आपण बाजूला टाकून द्या. तुमची कविता जशी वाढते तशी (एखादी नदी वाहावी, ज्योत जळावी तशीच) वाढू द्या. मग टीकाकार गेले खड्ड्यात. कविता हा फॉर्म सामाजिक आहे. मराठी भाषा समाजातूनच निर्माण झाली आहे. वाचकाला एवढी सामाजिक सवलत बस्स आहे. यातील प्रकटन देखील वैयक्तिक राहता कामा नये म्हणणे म्हणजे कवीला हस्तपत्रके छापणारे यंत्र करण्यासारखे आहे. तुम्ही मळलेल्या पाऊलवाटेने जाणारे नाहीत हे तुमच्या अगदी पहिल्या कवितेवरूनच उघड होते. काही वेळा तर अखेर निष्फळ ठरलेला प्रवासदेखील इतका सुखद असतो, की त्या मानाने किरकोळ, उथळ यश, 'When the soul feels the flesh and the flesh it's chain' अस्सल क्षुद्र वाटतो. (हे शब्द Emily चे आहेत. या बयेने नव्हे तर साऱ्या Bronte कुटुंबाने मला कॉलेज दिवसांपासून भंडावले आहे.)'

हा भाग विस्ताराने द्यायचं कारण लेखनकारकिर्दीत वैयक्तिक धारणा, वाचक, समीक्षकांचे समज गैरसमज, सामाजिक बांधिलकीचं कलाकृतीत ठेवावं लागणारं भान अशा अनेकविध द्विधा लेखकासमोर येत असतात. अशा प्रसंगी अधिकारवाणीने बरोबर वावरणारं समजूतदार मैत्र लोभस तर आहेच पण मनोबल टिकवणारं आणि दिलासादायकही आहे.

पत्रांतून महेश एलकुंचवार, वसंत आबाजी डहाके, 'युगवाणी', 'तरुण

भारत'चे अंक, माधव आचवल, रामदास भटकळ, सुनिताबाई देशपांडे, बालकवींबरोबर मार्क डेन, ग्रॅहम ग्रीन, कॅनॉस कास्टानेडा, रॉबिन्सन जेफर्स, इलॅनॉर, ओनील, सॉमरसेट मॉम असा पौर्वात्य व पाश्चिमात्य साहित्यिक मांदियाळीचा संगम अनुभवता येतो.

माणूस म्हणून जन्माला येणं म्हणजे एकाकी जगण्यासाठीच, इथपासून सुरू होणारं चिंतन इतकं हलवणारं आहे की ते मुळातूनच वाचून काढावं. हेगेलने मृत्यूच्या वेळी काढलेले उद्गार मात्र मनातून जात नाहीत. तो म्हणाला, 'Nobody understood me except myself and I did not understand myself at all. हा खरा शोकाचा क्षण.' या विवेचनाशेवटी ते लिहितात, 'कविता निर्माण होण्यासाठी जसा एक क्षण असतो तसा वाचकांसाठी चमकण्याचाही एक क्षण असतो.' जीएंना ग्रेसच्या कवितेबद्दल वाटणारं ममत्व, आदर, असामान्यत्व बहुतांशी पत्रांत वेळोवेळी प्रकट झालं आहे. त्यामुळे ग्रेसच्या कवितासंग्रहाच्या अर्पणपत्रिकेवर स्वतःचं नाव पाहून झालेला आनंद 'सुगंधी' आणि या भर्जरी वस्त्रासाठी कृतज्ञतेची भावना हे सारंच रम्य! आणि तरीही 'चर्चबेल' मधल्या, 'I strove with none for none was worth my strife' या ओळींचं भाषांतर तुम्ही, 'मी जगात कुणाशी स्पर्धा केली नाही कारण तसा प्राणसखा शत्रू मला भेटलाच नाही' असे केले आहे. 'Strive' या शब्दाला भांडण याच्या जोडीला स्पर्धा असाही एक अर्थ आहे. मी कधी कुणाशी स्पर्धा केली नाही कारण मी स्पर्धा करावी असा तालेवार प्रतिस्पर्धी मला कधी आढळलाच नाही, यातला तोरा मला फार आवडतो' या मजकुरातील शब्दच्छटांमुळे अनुवादाचं वेगळं रुपडं दाखवणारे जीए चोखंदळ, दक्ष आहेत.

'कथा भिकार जरूर म्हणा, पण ती काय आहे हे समजून घेऊन म्हणा'मधला त्रागा किंवा 'कथा परत पाठवताना त्या रजिस्टर पोस्टानेच पाठवाव्यात कारण जर त्या गहाळ झाल्या तर मराठी वाङ्मयाचे अतोनात नुकसान होणार आहे असे नसून मला पुन्हा प्रती करण्याचा फार कंटाळा आहे' मधला प्रेमळ धाक, किंवा 'प्रवास हा स्वतःच्या पैशांनीच करण्यात

आनंद आहे, अशी माझी समजूत आहे' म्हणणारे रोखठोक जीए... किती उदाहरणं देऊ या मनोहारी बंधाची?

ग्रेसची लेक मिथिला हिच्याशी बोलणारे जीए कमालीचे ऋजू, जुन्या नव्यातलं अंतर दाखवताना किंवा एखादं मत खोडतानाही ममतेने ओथंबलेले दिसतात. कॉन्व्हेंट एज्युकेटेड संदर्भात टिप्पणी केल्यानंतर तिच्याकडून नापसंतीदर्शक पत्राची अपेक्षा करताना व त्याच वेळी वयातल्या फरकामुळे येऊ शकणारं अवघडलेपण दूर करण्यासाठी लिहितात, 'I would have welcomed such a fiery letter from you. I believed that if people feel angry, they should blow their top. They should never hide or brood over it. That clears the atmosphere.'

वाढदिवसाच्या दिवशी न चुकता मिळालेल्या मिथिलेच्या तारेचा आनंद, तिला आवडत्या व्यक्ती, पुस्तकं, स्थळांविषयी विस्ताराने लिहायची गळ, ग्रेसच्या तब्येतीची आस्थेने विचारपूस करणारी ही पत्रं अनमोल आहेत.

'माणूस नावाचा बेटा' या कथेतल्या दत्तूच्या मनातल्या, 'या सगळ्यांना एकत्र आणणारी,त्यात जीव भरणारी ही विश्वाची नाडी तरी कोणती आहे? दैनंदिन आयुष्यात अनुभवांची जी रास पडते तिला कोणत्या आकृतीत बसवायचे? खेळण्याचे नियम माहीत नसताना खेळायला कोण बसवते?' यांसारख्या चिरंतन प्रश्नांच्या अप्रुपाचं, वर्णन व उकल करतानाची ही स्नेहाक्षरे आणि या दोन शब्दप्रभूंच्या मनाचं गुंतणं त्यांनाच नव्हे तर आपल्यालाही खचित सुखावणारं आहे.

एकूण काय तर, 'पत्रवेळा' वाचून विराटरूपदर्शन सोहळा पाहिलेल्या संजयसारखी माझी अवस्था झाली आहे यात काय विशेष?

'चातकाचिये कवणे, मेघु पाणियासी धावे
तेथे चराचर आघवे, निवाले जेवि'

या ओवीसारखं स्नेहधारांच्या वर्षावात आपणही जरूर न्हावे हा नम्र आग्रह.

❑

२४

प्रकाश होळकर (संपादक)

रानगंधाचे गारुड

'असं एखादं पाखरू वेल्हाळ
त्याला सामोरं येतंया आभाळ'

किंवा

'पिवळ्या पंखांचा पक्षी नाव सांगेना सांगेना
बाई श्रावणाचं ऊन मला झेपेना'

या आणि अशा कित्येक ओळींनी रसिकांच्या हृदयावर आपले अधिराज्य गाजवणारे श्रेष्ठ कवी ना. धों. महानोर हे महाराष्ट्राला आणि मराठी काव्यजगताला सुपरिचित आहेत.पण ज्या पुस्तकातून कविराजांनी आपल्या जीवनाचा एक सुगंधी कप्पा तमाम रसिकांसाठी खुला केला आहे त्या 'रानगंधाचे गारुड' या पुस्तकाविषयी हे मनोगत. या पत्रसंग्रहात महानोरांना आलेल्या असंख्य पत्रांपैकी सुहृद, राजकारणी, लेखक, कवी, समीक्षक, आस्वादक अशांची निवडक सुमारे तीन-साडेतीनशे पत्रं प्रकाशित केली आहेत. संपादनाचे हे अवघड काम 'कोरडे नक्षत्र'कार कवी प्रकाश होळकर यांनी केलं आहे.

पत्रं हा सर्वार्थाने एक समृद्ध खटाटोप असतो ज्यात लिहिणाऱ्याचं प्रतिबिंब उतरतंच, लिहिलेल्या विषयींची कळकळ लपत नाही; आणि प्रसंगी मनातली खदखदही.

‘विश्रब्ध शारदा’तून ह. वि. मोटे यांनी अशा प्रकारचा पत्रप्रपंच तीन विशाल खंडांत प्रसिद्ध करून त्यांचे जीवनमूल्यांबरोबरचे ऐतिहासिक व साहित्यिक मूल्य किती महत्त्वाचं आहे हे अधोरेखित केलं आहे. पंडित जवाहरलाल नेहरू यांनी इंदिरेला लिहिलेली पत्रं, नरहर कुरुंदकर यांनी सुलोचनाबाई आणि रा. ज. देशमुख यांना लिहिलेली किंवा जी. ए. कुलकर्णी आणि सुनिताबाई देशपांडे यांचा पत्रव्यवहार ही एक अनमोल विरासत आहे. महाराष्ट्राचे लाडके व्यक्तिमत्त्व पु. ल. देशपांडे यांची ‘विश्रब्ध शारदे’च्या दुसऱ्या खंडाच्या प्रस्तावनेतली काही वाक्यं उद्धृत करायचा मोह आवरत नाही:

‘ही खाजगी पत्रे लिहिल्या गेलेल्या वाक्यांतून अकल्पितपणे एखाद्या व्यक्तीच्या स्वभावावर प्रकाश टाकून जातात. स्नेहबंधांतले जे धागे सहसा दिसले नसते ते दाखवतात. सार्वजनिक मंचावर दडले किंवा दडवले गेलेले रागलोभ नकळत प्रकट होतात. समाजसुधारक, राजकारणी अशांचे काहीसे द्विपरिमाणात्मक चित्र आपल्यापुढे असते, त्याला असल्या खाजगी पत्रांतून तिसरे परिमाण लाभते.’

मनाआड दडलेली मनं सैलावतात आणि निरगाठी सोडतात. कवी, लेखक मंडळी खरं तर जनसंपर्कापासून थोडी आपल्याच कोषात अलिप्त राहू इच्छितात. शेती हाच मुख्य व्यवसाय म्हणून स्वीकारलेले महानोर मात्र पळसखेडसारख्या आडगावी राहूनसुद्धा पत्रांकरवी मित्र, चाहते, लेखक, कलावंत परिवारातल्या असंख्य लोकांचे सेतू उभारतात आणि पळसखेडला जणू प्रतिविद्यापीठीय घडामोडींचं केंद्र बनवतात. ‘रानगंधाच्या गारुडा’च्या सुरुवातीला आलेल्या महानोरांच्या मनोगतातून पत्रांचे हे बेणे रुजवण्या-मागच्या तपस्येची रंजक कहाणी आपल्या समोर येते. शेती आणि कविता यांच्या संगमाचा आदिम सूर अनेकांना आजही भुरळ घालतोय.त्यात निसर्गाच्या किमयेबरोबरच महानोरांच्या व्यक्तिमत्त्वातील पारदर्शी आत्मीयतेचा मोलाचा वाटा आहे, हे वेगळं सांगावयास नकोच.

‘रानातल्या कविता’, ‘वही’, ‘पावसाळी कविता’, ‘पळसखेडची गाणी’, ‘प्रार्थना दयाघना’, ‘गाथा शिवरायाची’, ‘जगाला प्रेम अर्पावे’,

'तिची कहाणी', 'पानझड', 'गंगा वाहू दे निर्मळ' हे कवितासंग्रह; 'अजिंठा' हे खंडकाव्य, 'गांधारी' ही कादंबरी, शिवाय दोन कथासंग्रह आणि 'ऐसी कळवळ्याची जाती' इत्यादी काही आत्मपर लेखन या साहित्यिक प्रपंचासोबतच प्रत्यक्ष शेती व संलग्न प्रश्नांसंबंधीचा पाठपुरावा केलेल्या महानोरांच्या विस्तारित कुटुंबात वेगवेगळ्या पक्षांचे व विचारसरणीचे राजकारणी यांचा अमाप स्नेह त्यांनी कमावला आहे.

यशवंतराव चव्हाण पत्रातून त्यांच्या कवितेचं विश्लेषण करताना लिहितात: 'दिल्लीला विद्वान प्राध्यापक सुभेदार मराठीतील नव्या वाङ्मयासंबंधी बोलायला आले होते. मी जे शोधायचा प्रयत्न करत होतो ते त्यांनी एकाच वाक्यात सांगितले. बालकवींच्या कविता - 'It reflects Nature', आणि महानोरांच्या कविता - 'It springs from Nature.'

किंवा मोहन धारिया लिहितात: 'जळगाव येथे जैन इरिगेशन 'सिस्टम्स लि. च्या आवारामध्ये पाणलोट क्षेत्रविकास कार्यक्रमाच्या राज्यस्तरीय कार्यशाळेमध्ये आपली भेट झाली. शेतीतील चालत्या बोलत्या प्रयोगशाळेशी आपण चर्चा करत आहोत असे वाटले.'

किंवा प्रमोद महाजन लिहितात : 'राजकीय धकाधकीत विमनस्क अवस्था येतेच. तुमची पुस्तके - खास करून कविता - निश्चितच अशा वेळी दिलासा देतात.'

समाजजीवनात सत्तेचे डावपेच आखणारी ही माणसं साहित्य, काव्य व रोजच्या जीवनातल्या प्रश्नांचा विचार इतक्या अकृत्रिम जिव्हाळ्याने करताना पाहून चारचौघांतलेच असल्याची जाणीव सुखद वाटते. आदिवासींच्या प्रश्नांसाठी अहोरात्र झटणाऱ्या सामाजिक कार्यकर्त्या मेधा पाटकर आपला कवयित्रीचा पिंड उलगडणाऱ्या,

'तुझे काय द्यावे घ्यावे
पाणी डोळाभर न्यावे
तीत चार सांडून द्यावे
रात्री आयुष्य मोजावे'

अशा काही उत्कट कविता पाठवतात.

वेगवेगळ्या पत्रांचे निरनिराळे मायने वाचूनही परस्परसंबंधांतल्या गुंतवणुकीच्या जातकुळींचे अंदाज बांधता येतात. रायभान जाधवांचे 'देवाजी देवा नामदेवा', चंद्रकांत पाटीलांचा'नाम्या', पु. लं चे 'प्रिय कवी', किंवा भालचंद्र नेमाडे यांचे 'रा. नामू', ही संबोधनं याची साक्ष देतात.

साहित्याचे फड गाजवून 'अमृतातेही पैजा' जिंकायचा ज्ञानदेवांचा आत्मविश्वास सार्थ ठरवणारे ज्येष्ठ लेखक-समीक्षक नरहर कुरुंदकर, कुसुमाग्रज, प्रा. वा. ल. कुळकर्णी, चिं. त्र्यं. खानोलकर, पु. ल. देशपांडे, श्री. पु. भागवत यांनी कधी वडिलकीच्या तर कधी मार्गदर्शक मित्राच्या अधिकाराने लिहिलेली पत्रं वाचणं हा एक आगळा आनंद आहे.

नरहर कुरुंदकर लिहितात : 'शेती, घरादाराच्या अनंत भानगडी, यांमुळे साहित्य गुंडाळावे लागते असे आपण खेदपूर्वक लिहिलेले दिसते. पण हे गाठोडे मधून मधून गुंडाळून ठेवणेच इष्ट असते. साहित्यात पूर्णपणे गुंतून गेल्यामुळे प्रत्यक्ष जीवनाचा सांधा तुटावा हे योग्य नाही. ज्यांच्या बाबतीत तसे होते त्यांच्या वाङ्मयाला बंदिस्तपणा, रोगटपणा, नकलीपणा येऊ लागतो. साहित्याशी संबंध तुटावा पण रसिकतेशी, संवेदनाक्षमतेशी मात्र राहावा.'

साहित्यक्षेत्रात हाराकिरी करू इच्छिणाऱ्या प्रत्येकाने ज्याचे भान ठेवावे ते हे मर्म.

'तुमच्या कवितेने आज वाङ्मयात सन्मानाचे स्थान मिळवले आहे. कोणत्याही प्रघातांच्या आहारी न जाता ती तुमच्या परिसराशी आणि व्यक्तिमत्त्वाशी एकनिष्ठ राहिली म्हणून.' ही शिरवाडकरांनी दिलेली उमदी दाद!

ज्येष्ठ समीक्षक प्रा. वा. ल. कुळकर्णी लिहितात : 'तुम्ही मराठी पुस्तकांबरोबरच इंग्रजी पुस्तकेही वाचली पाहिजेत. ही सवय केल्याशिवाय तुमच्या विचाराला नवे वळण लागणार नाही.'

गुरुस्थानी असलेल्या या दोघांचेही बहुमोल मार्गदर्शन वाचून महानोरांविषयी क्वचित प्रसंगी हेवाही वाटल्याशिवाय राहत नाही.

सरस्वतीच्या दरबारातील मानकऱ्यांनाही तात्कालिक अडचणींचा फेरा

चुकला नाही हे दाखवणारी दोन उदाहरणं फार बोलकी आहेत. चिं. त्र्यं. खानोलकर लिहितात : 'आज मी अनेक तऱ्हांनी गांजून व गंजून गेलो आहे. काही रक्कम देऊन मला मदत करशील का? हा त्रास देणे मानवत नाही, तरी धडपड करणे भाग आहे. पोरेबाळे असणे म्हणजे अखेर जबाबदारी येते.'

किंवा पु. ल. देशपांडे लिहितात : 'संसाराच्या तापत्रयांनी रवींद्रनाथांनाही खूप छळले होते. एका कवितेत त्यांनी 'Give me strength to lift my head above the daily trifles', अशी प्रार्थना केली आहे.तुमच्या कविप्रतिभेवर ह्या तापत्रयाचा आघात होणार नाही याची मला खात्री आहे. झऱ्यांवर विषप्रयोग होऊ शकत नाही.'

श्री. पु. भागवत त्यांच्या खाशा अंदाजात लिहितात: 'अर्थात जातिवंत कवी म्हणून लौकिक यश किती प्रस्तुत मानायचे याचा विवेक तुमच्या ठायी जागा आहे.'

नवोदित कवींसाठी वाट प्रशस्त करणारे महानोरही पत्रांतून लगेच मनात भरतात. 'सत्यकथे'त कविता प्रकाशित झाल्यानंतर कवी प्रमोद कोपर्डे लिहितात : 'कविता इतक्या चट्दिशी एव्हढ्या मोठ्या मासिकातून याव्यात ही माझी कधीच अपेक्षा नव्हती. त्या आशेने मी तुमच्याकडे कविता पाठवल्याच नव्हत्या. तुमच्या काही सूचना कळाव्यात आणि कविता फुलावी ही अपेक्षा. त्यामुळे तुम्हीही कविता छापून आल्या आहेत म्हणून बाजूला होवू नये. आता तर खरी मार्गदर्शनाची गरज आहे.'

तर कवी पुरुषोत्तम पाटील 'तळ्यातल्या साउल्या' या त्यांच्या कवितासंग्रहाच्या प्रकाशनानंतर लिहितात: 'या संग्रहाचे प्रकाशन सुचवून ते आग्रहाने स्वीकृत करायला लावणे, छापण्याची निकड लावणे या सर्व गोष्टी तुम्ही केल्या नसत्या तर तो प्रकाशात येणे शक्य नव्हते.'

महानोरांची रत्नपारखी नजर, कवितेशी असलेली बांधिलकी आणि मनाचा उमदेपणा दाखवणारी ही उदाहरणं नव्हेत काय?

ज्येष्ठ, समकालीन, नवोदित कवी, लेखक, आस्वादक उद्यमशील स्नेही यांचे भरभरून व्यक्त झालेले प्रेम जवळपास प्रत्येक पत्रात प्रत्ययाला येते. ज्ञानेश्वर माऊली तेराव्या अध्यायात म्हणतात:

‘अगा वृक्षासि पाताळीं जळ सांपडे मुळीं
ते शाखांचिये बाहाळी वरिही दिसे
कां भूमीचें मार्दव सांगे कोंभाची लवलव
नाना आचारगौरव सुकुलीनाचे’

याप्रमाणे पत्रांतील मजकुरा अल्याडपल्याडचा स्नेहवर्षावाचा हा मनोहारी प्रवास पॉप्युलरतर्फे वाचकांसाठी प्रकाशित झाला आहे. ‘रानगंधाचे गारुड’ नामक पत्रांची ही मधाळ लगड वाचकांनी जरूर वाचायलाच हवी.

❑

२५

आप्पा कोरपे

मी तो हमाल

त्याचं असं झालं की अंदाजे वर्षभरापूर्वी घर बदलायचा प्रसंग आला. वर्षानुवर्षं साठत गेलेल्या सामानाची उस्तवार लावायचा पेच उभा राहिला. मनुष्यबळ आणि वेळ या दोन्ही आघाड्यांवर आनंद असल्यामुळे ओळखीतल्या टेम्पो व घरसामान हलवणाऱ्या अरविंद वह्राडीला पाचारण केलं. 'अगं बाय, माझी माणसं मदत करतील तुला', या आश्वासनाची पूर्तता करत जवळपास पाऊण सामान तात्पुरत्या नवीन घरी मार्गस्थ झालं.

पण एका अजस्र डबलबेडने नाकी नऊ आणलेच. आमच्या सुतारभाऊने केलेली डबलबेडची तोंडभर स्तुती आणि तो हलवण्यासाठी दोन भागांत कापून व नंतर जोडणी करून वापरण्याची शक्यता समजल्यावर मीही इरेला पेटले. भरभक्कम पलंगाचे सुटे भाग तीन मजले चढवण्याकरता पुन्हा अरविंदचे कामगार सकाळी नऊएक वाजता येतील हे ठरलं. तरी ऑफिसमध्ये पोचायला उशीर नक्की ही खात्रीवजा धाकधूक होतीच. पण रामसिंग आणि दादा यांनी वेळेवर येत अवघ्या वीस मिनिटांत विस्कळीत पलंगाचे वजनी भाग बिल्डिंगच्या इतर घरांच्या दरवाजांना भिंतींना न टकरावता (उद्वाहक नसल्यामुळे मजल्यावरून प्रत्यक्ष) अलगदपणे आणि सफाईने आणताच मी पुरती चकित झाले.

घामाने निथळणाऱ्या दोघांना चहा व पैसे चुकते केल्यावरही माझं

त्यांच्या कौशल्याबद्दल कुतूहल चाळवलं गेलं. कुठं घेतलं त्यांनी हे प्रशिक्षण? यासाठी आवश्यक तंदुरुस्ती कशी राखतात? कुठल्या परिस्थितिवश हे हमालीच्या धंद्यात आले? लाखमोलाची अशी सचोटीची वृत्ती हे कशी जोपासतात? हमालांमध्येही काही वर्गवारी असते का? म्हणजे रेल्वे, बस डेपोवरचे, धान्यगोदामातले किंवा घरसामान, कारखान्यातील सामानाची ने-आण करणारे अशा वेगवेगळ्या प्रकारे हमाल असतात का? सामाजिक साखळीतील या महत्त्वाच्या उपयुक्त घटकाप्रती समाजाने अनास्थाच दाखवली आहे.

या विचारात गर्क असतानाच विनायक गोखलेने आप्पा कोरपे यांचं 'मी तो हमाल' हे आत्मकथन वाचायला दिलं. नवनरेंद्र प्रकाशनातर्फे जून १९९२ मध्ये पुस्तकाची प्रथमावृत्ती प्रसिद्ध झाली आहे. एकशे छत्तीस पानी या पुस्तकाने माझं कुतूहल तर शमवलंच आणि आयुष्यात नवी उमेदही जागवली.

स्वतःच्या सामाजिक स्थानाबद्दल असलेली जाणीव व तिच्या सहज कबुलीतून आप्पा पहिल्या वाक्यात वाचकाला थेट भिडतात. संकोच, भीड, दिखाऊ गळेकाढूपणा, अन्यायग्रस्त भावनेने सतत चिडचीड व चिखलफेक यांपासून संपूर्ण फारकत घेतलेलं हे आत्मकथन आपल्याला निराळंच भान देऊन जातं. 'ढासळत्या जीवनमूल्यांच्या काळात जीवनमूल्यं निष्ठेने व चिकाटीने सांभाळून समर्थपणे जगणं शक्य आहे असं आश्वासन मला यातून मिळालं म्हणून मी रमलो असेन', असं लिहिणारे डॉ. गंगाधर मोरजे यांची प्रस्तावना आत्मकथनाच्या सामर्थ्याचा अचूक वेध व सर्वंकष धांडोळा घेते.

आप्पा कोरपे बीड जिल्ह्यातल्या आष्टी तालुक्यातल्या भाळवणी गावचे लिंगायत.'जमिनीला पाणी नाही. हुलगे पिकायचे नाहीत. आमच्या गावाला चिंचेची झाडं जास्त. आंब्याची झाडं जास्त. काही दिवस चिंचेवर काढायचे तर काही आंब्यावर, काही सीताफळावर. चार महिने कसं तरी चालायचं. पोट भरायची मारामार तर आमच्या बापाचं लग्न कसं व्हायचं? पहिल्यांदा साट्यालोट्याचा फार जोर होता. तेव्हा आमच्या मामाला आमची मावळण (वडिलांच्या पाठीवरची बहीण) सरूबाई द्यायची अन् आमची आई आमच्या बापाला गहिनीनाथाला द्यायची ठरलं. आता बारा

वर्षांची आमची आई आणि पस्तीस वर्षांचा आमचा बाप, एकदम त्यांना घरातून काही न देता वायलं टाकलं.'

या पार्श्वभूमीतल्या आप्पांच्या जीवनसंघर्षाच्या केंद्रस्थानी भाकरीची भ्रांत आहे. आईजवळ लेकरांनी भाकरी मागितल्यावरच्या अगतिकतेतून उद्भवलेल्या अनवस्था प्रसंगाचं वर्णन अंगावर शहारे आणतं. 'उन्हाचा कहर चालला होता. पायातबी कोणाच्या काही नव्हतं. डोंगराच्यावर कुठंतरी श्रृंगेरी म्हणजे देवीचं मंदिर होतं. आम्हांला जेवणाचीच आशा होती. तिला कोण जाणे रागाचा भन्नाटा आला. आणि ती केशर नावाची मुलगी होती तिला एकदम उचललं आणि तळ्यामधी बुडविलं. 'मागशील का भाकर?' गळ्याइतक्या पाण्यात पोरगी गेल्यावर त्या लेकरानं काय केलं? आमच्या आईच्या बांगड्या अशा गच्च धरल्या. मायलेकरं एकमेकींकडे सारखी बघत होती अन् ती मुलगी म्हणत होती 'आई म्या भाकर मागणार नाही, मला मारू नको.'

पुढेही भाकरीसाठी आईने भगुलं चोरलेलं असो की वडिलांच्या पश्चात दुसरा नवरा केला असो, इतक्या वर्षांनी आप्पा केवळ नेमकी घटना सांगतात. त्यांच्या तगमगीचं पर्यवसान रागराग, आकसामधे न होता, शब्दांमधून आईवडिलांबद्दल अपार माया पाझरते. 'मी आईला कधीच सोडून जायचं नाही आन् ती बी मला सोडणार नाही हा निर्णय आम्ही त्या आंब्याच्या झाडाखाली घेतला. ते झाड अजून आहे. तिथं गेल्यावर आईची पावलं मला दिसतात.' अंदाजे पंधरा वर्षांदरम्यान आप्पांनी प्रतिकूल परिस्थितीच्या रेट्यामुळे केसर नावाची बहीण, छगन नावाचा भाऊ, वडील आई आणि सावत्र बहीण इतक्यांचे मृत्यू झेलले. 'सगळी माणसं दृष्टीआड गेली. आकाश फाटलं. आपलं आता जगात कुणी राहिलं नाही हा मनामध्ये ठाम निश्चय झाला.' हे वाचून आपली प्रतिक्रियाही मूक होते. मानापमानाचे प्रसंग मोजकेच पण आप्पांच्या साक्षेप व विवेकावर प्रकाश टाकण्याइतके लख्ख आहेत.

आत्मकथनाच्या तृतीय पेण्यात अर्थात मुक्कामात आप्पांनी पडेल ते काम करत सोयऱ्यांच्या मदतीने परिस्थितीशी टक्कर घेतली आहे. ओळखीच्यांकडून उचल घेऊन लग्नही केलंय. १९५४ साली, पहिल्या

मुलाच्या जन्मानंतरही खर्चाचा मेळ बसेना तसं नगर गाठलंय. नाही म्हणायला इथवरच्या रखरखीत आयुष्यात नाटकाची एक प्रसन्न झुळूक येऊन गेली आहे. भाकरीचा चंद्र शोधण्यातला घटकाभर विरंगुळा आप्पांना 'गिंडीकाकू' हे स्त्रीपार्ट केल्याबद्दल 'फार शिफारस' देऊन गेला.

मात्र नियतीने ठरवलेली भूमिका वठवून घेणारे योग जुळून आले. आप्पा सांगतात, 'हमाल आहे का त्यांनी विचारल्यावर मी हो म्हणालो अन् तवापासून मी हमाल झालो असं म्हणायला हरकत नाही.'

'मुंगीला मुताचा महापूर' या न्यायाने जन्माला आलेला प्रत्येक जण आपापलं ओझं वाहतो. हमाली व्यवसाय स्वीकारून, 'खाईन अवघ्यांच्या लाथा, देईन सेवेला माथा' हे धोरण ठरवलं तरी आप्पांच्या हकिकती वाचून आपण परिस्थिती बाबत तक्रार करावी का? हा प्रश्न सतावू लागतो. अंग मोडून मेहनत करतानाच आप्पांसमोर 'इझी मनी' अर्थात देवऋषी, जादूटोणा या आडरस्त्यावरच्या मिळकतीचा दरवाजा उघडतो. मात्र या अमंगळ विद्येने इतरांच्या कुटुंबस्वास्थ्यात विष कालवतो, ही टोचणी लागताच ते पुनश्च हमालीकडे वळतात. पदव्यांच्या गुंडाळ्यांनी न कमवता येणारं सदसद्विवेकाचं भान त्यांनी लहानपणापासूनच जोपासलं हे पाहून दाद दिल्याशिवाय राहवत नाही.

आप्पांच्या वाटचालीचं सर्वोच्च सार्थक हमालांना त्यांचं हित जपता यावं याकरता संघटना बांधण्यात आहे. हमालीबरोबर छोट्यामोठ्या धंद्यातून बरकत मिळताच उपसलेल्या कष्टांची धार बोथट न होऊ देता, हमालांना उतार वयात इज्जत मिळेल, जिवाला धोका निर्माण होणार नाही, कामाचे तास ठरवले जातील व हमालांनाही विमा व भविष्यनिर्वाह निधीचा लाभ मिळेल यासाठी त्यांनी संघटना उभारली. जातपातीच्या पल्याड,

'श्रमगंगेच्या तीरावरती
कष्टकऱ्यांची आमची वस्ती
संत वेगळा नाही आमचा
पंथ वेगळा नाही
जो पाठीवर पोतं घेतो
तो आमचा भाऊ'

ही बांधिलकी जपत बाबा आढावांच्या मदतीने, ‘महाराष्ट्र राज्य हमाल माथाडी महामंडळा’चे उपाध्यक्षपद स्वीकारलं. आज कुटुंबासमवेत सुखाचे क्षण अनुभवण्यापर्यंतच्या प्रवासात निंदानालस्ती किंवा आत्मप्रौढीचा लवलेश दिसत नाही. आत्मकथनाची भाषा ग्रामीण डौल असलेली असली तरी दुर्बोध नाही.

आप्पांच्या यशाचं गमक
म्हणोनि जे जे उचित
आणि अवसरे करुनि प्राप्त
ते कर्म हेतू रहित, आचरे तू ।

या ओवीत दडलं आहे.

सरतेशेवटी, ‘आयुष्यातलं सगळं मी तुमच्यापुढे खुल्लं करून सांगत आहे.’ अशी गाठ सोडवतानाही ‘सगळं तुच्छ आहे, कधीतरी जायचंच आहे’ यातल्या तटस्थ दिलेरीला मनापासून सलाम! ‘कुणाच्या खांद्यावर कुणाचे ओझे’ आरती प्रभूंच्या ओळींमधे सापडलेला अर्थ आप्पांच्या ‘मी तो हमाल’ वाचल्यानंतर निःशब्दतेत कसा परिवर्तित होतो हे आपण जरूर अनुभवावे.

❑

२६

सुनील कर्णिक

न छापण्याजोग्या गोष्टी,
म्हाताऱ्या बायका काय कामाच्या!

अलीकडेच सुनील कर्णिक यांची दोन पुस्तकं वाचण्याचा योग आला. पहिलं 'न छापण्याजोग्या गोष्टी' ह्या शीर्षकामुळे त्यातील मजकुराविषयी माझं कुतूहल जागं झालं. दुसऱ्या पुस्तकाच्या 'म्हाताऱ्या बायका काय कामाच्या!' या शीर्षकामुळे व त्यातील उद्गारवाचक चिन्हामुळे लेखकाच्या धारिष्ट्याची कमाल, पुस्तकात हाताळल्या गेलेल्या विषयाबद्दल सांशकता आणि तरीही त्यातला आशय समजून घ्यायची उत्सुकता अशी चमत्कारिक स्थिती झाली.

'न छापण्याजोग्या गोष्टी' याची पहिली आवृत्ती ऑगस्ट २००० व दुसरी फेब्रुवारी २०१८ मध्ये प्रकाशित झाली. कर्णिकांचं हे पहिलंच पुस्तक. विजय तेंडुलकरांच्या प्रस्तावनेसह एकवीस लेखांचे हे संकलन. लेखकाशी असलेल्या मैत्रीपूर्ण संबंधाचा आब राखत तेंडुलकरांनी पुस्तकाच्या साहित्यिक मूल्यांवर भाष्य करणारी प्रस्तावना प्रांजलपणे लिहिली आहे. ती केवळ पुस्तकाबद्दलच्या अपेक्षा उंचावणारी नसून स्वतंत्रपणे आस्वादली जावी इतकी सरस आहे. जवळजवळ तीन दशकांहून जास्त काळ साहित्यक्षेत्रात ग्रंथालयसेवक, मुद्रितशोधक, पुस्तकविक्रेता, वृत्तपत्र प्रतिनिधी, संपादक, प्रकाशक अशा विविध जबाबदाऱ्या

निभावताना या क्षेत्राशी प्रदीर्घ व सखोल परिचय अपरिहार्यच. कर्णिकांच्या शब्दांत 'अशा धरसोड धोरणात फारसं काही हाती लागत नाही हे तर खरंच. पण रंगीबेरंगी अनुभवांच्या नक्षींना एका दस्तऐवजाचे परिमाण लाभते. ऑस्कर वाइल्डचे एक प्रसिद्ध अवतरण आहे. 'Experience is one thing that you cannot get for nothing.' लेखनातील रंगसंगती साधताना शैली, अनुकरण, व्यक्तिमत्त्वांचा प्रत्यक्ष अप्रत्यक्ष धाक, व्यक्तिचित्रं लिहिण्याचा आटापिटा ही अशी अनेक ओझी बाळगल्यामुळे बळी जातो तो त्यातल्या उत्स्फूर्ततेचा! या उलट या पुस्तकातील सर्व विख्यात, अपरिचित, ऐकीव, क्वचित खाजगी व्यक्तिमत्त्वं कर्णिकांच्या चष्म्यातून बघताना, समजून घेताना, कमालीचा मोकळेपणा अनुभवता येतो.

पहिल्याच 'आंबट आणि तिखट' या लेखात शफाअत खान, सत्यदेव दुबे, कवी अरुण कांबळे आणि मॅनेजर भिसे, नामदेव ढसाळ, 'वासूनाका'कार भाऊ पाध्ये, 'नवनीत'चे गुजराथी मालक, सुभाष अवचट, भैयासाहेब सहस्रबुद्धे, आणि स्वत: कर्णिक यांच्यातील प्रसंग वास्तवदर्शी साहित्याचा उत्तम नमुना आहे. लेखक, कवी, पत्रकार, प्रशासक, राजकीय संघटना, आणि सामान्य माणूस यांत होत असलेली देवाणघेवाण केवळ आदर्शवादी किंवा दिखाऊ असू शकत नाही. कोपरखळ्या किंवा कातडीबचाव धोरणाचा अभाव स्वत:बद्दलचे परखड शेरे यांमुळे नेमक्या शब्दांत घटना-प्रसंग सांगून त्याचा अहवाल सादर करणारी खेळकर शैली यांमुळे शब्दांमध्ये लपलेला आशय समजून घेताना वाचक म्हणून आपण कधी अस्वस्थ होतो, कधी आपल्याला गुदगुल्या होतात तर कधी अचंबित व्हायची वेळ येते. चिन्हांनी निर्देशित पुस्त्यांमुळे लेखातील विधानांची सत्यासत्यता पडताळायला व दुसरी बाजू जाणून घ्यायला कर्णिकांनी बराच वाव दिला आहे.

'मौजेचे दिवस' हे प्रकरण तर छानच जमलंय. प्रकाशकीय कर्तृत्वाइतकेच प्रा. श्री. पु. भागवत अध्यापक म्हणून किती आदरणीय होते किंवा विद्यापीठाचे पेपर तपासनीस म्हणून किती काटेकोर होते याचे उल्लेख रंजक आहेत; शिवाय विशेष व्यक्तींबरोबरच्या संभाषणाची श्री. पु. नोंद करत व ते टिपण त्या त्या व्यक्तीलाही पाठवत हे वाचून क्षणभर अवाक व्हायला होते. श्री. पुं.चा व्यावसायिक आणि घरगुती

परिचय होत असताना मौजेतल्या इतर आधारस्तंभांची, भागवत कुटुंबीयांची, मौजेच्या लेखकांची-संपादकांची, कर्मचारी वर्गाची हृद्य ओळख होत राहते. 'महाराष्ट्र टाइम्स'मध्ये कलंदर (अशोक जैन) यांनी आपल्या 'कानोकानी' सदरात लिहिलं आहे की, 'भागवतांनी आपल्या आठवणी लिहिल्या तर कर्णिकांनी सांगितलेल्या सत्याची दुसरी बाजू आपल्याला कळेल.' ही तळटीप देण्याचा उमेदपणा 'न छापण्याजोग्या गोष्टी'च्या या खटाटोपाला मनोमन पसंती देऊन जातो.

तेंडुलकरांनी म्हटल्याप्रमाणे रूढार्थाने ही व्यक्तिचित्रं नाहीत. लेखकाच्या वावरातल्या सानथोरांबरोबरचे हे प्रसंग आहेत. इथं कोणाचीच वारेमाप भालवण नाही की बोचरी टीका नाही, जाता जाता केलेले सूचक निर्देश आहेत. त्यांतील काही जण आपल्यात नसले तरी खूपशा व्यक्ती आपल्या आजूबाजूला कार्यरत आहेत,' सुदेश, धोंड, सुर्वे, कोलटकर, दुर्गाबाई, भाऊ, शिर्सेकर-शिरवाडकर', हे सर्वच लेख वाचून साहित्यजगताचे व पर्यायाने 'माणूस' नावाच्या अजब रसायनाचे आकलन नक्कीच रसरशीत होते. केवळ उखाळ्या पाखळ्या करण्यासाठी लावण्यात येणारा कृत्रिम स्वर न लावता खुल्या आवाजात सांगितलेल्या या न छापण्याजोग्या गोष्टी अधिकाधिक रसिकांपर्यंत पोहोचाव्यात हीच सदिच्छा.

कर्णिकांच्या अलीकडेच प्रसिद्ध झालेल्या 'म्हाताऱ्या बायका काय कामाच्या!' या पुस्तकातील सर्वच लेख चिंतनीय आहेत. जवळजवळ सर्वच लेखांमध्ये स्त्री, समाज व समज, लैंगिक वर्तन हाच केंद्रबिंदू आहे. सध्या 'मी टू' चळवळीचं जोरदार वारं वाहतंय, वेगवेगळ्या स्तरांतील स्त्रिया आपल्यावर झालेल्या अत्याचाराला वाचा फोडताहेत. त्यात केवळ सवंग प्रसिद्धी हा हेतू असूच शकत नाही, हे कुठलंही सुजाण, संवेदनाशील मन मान्य करेल. बालपणापासून सेक्स, लैंगिक ज्ञान, सामाजिक भान, स्त्री विषयक दृष्टिकोनात काही तरी गफलती असल्यामुळे त्याचे भेसूर रूप कुठल्या ना कुठल्या असमतोल, विकृत व सरते शेवटी गुन्ह्यांमध्ये परिवर्तित होताना दिसते.

पहिल्याच लेखात नग्नतेविषयी 'स्पेक्टेटर' नियतकालिकात आलेल्या केंटिंग लेड्ज नावाच्या ब्रिटिश लेखिकेच्या मतांचा ऊहापोह आहे. 'बिटर चॉकलेट' या पिंकी विराणी यांच्या नव्या पुस्तकाचं- ज्यात भारतीय मुलांच्या लैंगिक शोषणाच्या विदारक कहाण्यांच्या निमित्ताने अवघड

जागेच्या दुखण्याला वाचा फोडली आहे, त्याचंही छोटेखानी परीक्षण इथं आहे. 'ग्राम्य शब्दांचे संग्रह' हा लेख मनोरंजक आहे. असभ्य व चारचौघांत दबल्या आवाजात बोलल्या जाणाऱ्या या शब्दखजिन्याला सामावून घेण्यासाठी 'हिस्टोरिकल डिक्शनरी ऑफ अमेरिकन स्लँग' किंवा 'वेब्स्टर न्यू वर्ल्ड डिक्शनरी' सारख्या जगभरात होणाऱ्या प्रकल्पांची किंवा अगदी 'महाराष्ट्र वाक्संप्रदाय कोषा'ची माहिती दिली आहे. इथं मला जाता जाता याच पठडीतल्या 'मराठी भाषेतल्या असभ्य म्हणी आणि वाक्प्रचार' हे दुर्गा भागवत यांची प्रस्तावना असलेल्या संपादक-अभ्यासक अ.द.मराठे यांच्या पुस्तकाचीही नोंद करावीशी वाटते.

'बिनकपड्यांच्या कविता', 'मैदानामधील मर्दुमकी', 'एक रात्रीचा संबंध', 'घायाळ ती हरिणी!', 'दुसऱ्याच्या घरट्यात अंडी', 'भाड्याच्या गर्भाशयात मूल' असे सगळेच लेख आपल्या आजूबाजूच्या समस्यांवर प्रकाश टाकतात. वर्तमानात भेडसावणारे हे प्रश्न भविष्यात गंभीर रूप धारण करणारे आहेत. त्यामुळे 'अळीमिळी गुपचिळी' या धोरणापेक्षा समाजशास्त्रीय व वैज्ञानिक दृष्टिकोनातून त्यांचा खल होणं किती गरजेचं आहे ते या लेखांमध्ये दिलेल्या टक्केवारी, आकडेवारी व उदाहरणांवरून स्पष्ट होतं.

ज्योत्स्ना कदम, कमल देसाई, चार्ल्स लॅम्ब, मृणालिनी साराभाई यांच्या उलगडलेल्या कहाण्या, समाजमनाचे विकसन, प्रवाह, स्त्री-पुरुष नातेसंबंध यांचं अनोखं चित्र दाखवतात. त्यानंतरचा अर्थात शीर्षक लेख 'म्हाताऱ्या बायका काय कामाच्या!' वाचून आपण क्षणभर अंतर्मुख होतो. याच लेखातील शेवटचं संभाषण कळीच्या मुद्द्यांना स्पर्श करतं. 'साहित्यातील स्त्री आणि पुरुष', 'स्त्री हृदयाच्या कोमल पाकळ्या', आर्तविलाप आणि दाहक आग', 'नाव-नलिनी जमिला' हे लेख साहित्यातल्या समकालीन लेखिका आणि त्यांनी हाताळलेल्या लैंगिक विषयांची आवश्यक माहिती देतात. एकूणच समाजस्वास्थ्यावर दूरगामी परिणाम करणाऱ्या विषयांचा बागुलबुवा न करता एक प्रकारे र.धो.कर्वे यांची वाट चोखळणारं हे पुस्तक एक आशादायी ठेहराव आहे.

❑

२७

मंगेश तेंडुलकर

रंगरेषा–व्यंगरेषा

'रंगरेषा–व्यंगरेषा' हे एका कलंदराचे मनोगत. लेखक – मंगेश तेंडुलकर. बेताची परिस्थिती, पण कलेचा वारसा असलेल्या घरात जन्मलेल्या एका व्रात्य मुलाचा व्यंगचित्रकार, नाट्यसमीक्षक, नोकरदार ते वैद्यकीय उपकरणं बनवणारा आणि वगैरे झालेल्या प्रवासाची आत्मकथा. समोर उपलब्ध असलेल्या जिन्नसांतून एखादा भन्नाट चव असलेला हटके पदार्थ बनवावा आणि तो तितक्याच चवीने खात, खाऊ घालत, आस्वाद दुणावत जावा असा हा अनुभव; हे करताना दमछाक, घामाघूम होणं, हाताला चटका बसणं, कापणं, जिनसांची अचूक परिमाणं माहीत नसल्याने होणारा गडबड–गोंधळ, नंतरचा पसारा आवरणं हे ओघाने आलंच.

'सतत यशच मिळवणाऱ्या रघुनाथ, विजय, सुरेश, लीला या भावंडांमध्ये मी तेव्हढा कसा कोण जाणे अगदीच सुमार बुद्धीचा होतो. एक आई तेवढी वेगळी होती. 'हा मात्र वटवृक्षासारखा पारंब्यांनी आजूबाजूला पसरत जाईल' असं ती नेहमी म्हणायची. सगळीकडून नाकारलेपण घेणारा मी, तिच्या विश्वासाच्या बळावरच तर इथवर पोचलो नसेन?' इथपासून सुरू झालेल्या अचाट कहाणीत अनेक अंतर्मुख व्हायचे, चटका लागायचे, खळखळून हसायचे प्रसंग येतात.

व्यंगचित्राच्या समर्थ भाषेवर विवेचन असेल, जिव्हाळ्याच्या माणसांचे व्यक्तिविशेष असतील, रंगभूमीवरचा विविधांगी वावर असेल किंवा सरकारी

नोकरीतील दिवस असतील-सांगणारी व्यक्ती एक सच्चा कलाकार आहे हे जाणवत राहते. 'घडत जाण्याची पूर्ण जाणीव असल्यामुळेच मी कशाचंही श्रेय घेत नाही', ही निवळ भूमिका नसून हाच या व्यक्तीचा आणि या आत्मकथनाचा स्वाभाविक पिंड आहे. अनुबंध प्रकाशनातर्फे जुलै २०१८ मध्ये प्रकाशित झालेलं हे आत्मचरित्र जगण्याला एक अनोखं बळ देईल यात शंका नाही.

❑

२८

नीला कोर्डे

वृक्ष–अनुबंध

आपल्याच सगेसोयऱ्यांविषयी परिचयाच्या व्यक्तींनी तितक्याच जिव्हाळ्याने व आत्मीयतेने बोलावं, त्यांचे गुणविशेष अभ्यासून आपल्यालाच त्यांची नव्याने ओळख घडवावी आणि या देवाणघेवाणीत तिपेडी ऋणानुबंध दृढ व्हावा, हा दुग्धशर्करायोग नीला कोर्डे यांचं 'वृक्ष अनुबंध' वाचून आला. या पुस्तकात त्यांनी आंबा, तिळवा, मोह, अशोक, कोरांटी, पळस, सावर, बहावा, सोनचाफा, बकूळ, शिरीष, औदुंबर, कदंब, पारिजात, वड, पिंपळ, सातवीण आणि चंदन या अठरा वृक्षांशी असलेला, भौगोलिक, वनस्पतिशास्त्रीय, साहित्यिक, सांस्कृतिक आणि मानसिक पट उलगडला आहे. बालपणापासून ज्याच्या अंगाखांद्यावर बसून झोके बांधून झूला झुलायचं त्या, किंबहुना आईच्या गर्भात असल्यापासूनचे डोहाळे पुरवायच्या निमित्ताने या वृक्षांशी कळत नकळत सांधलं गेलेलं नातं किती प्रदीर्घ आणि अतूट असतं हे या वाचनातून जाणवत राहतं.

बालकविता ह्या छोट्यांसाठी खऱ्या, पण मोठेपणाच्या जोखडात रिवाइंडचे बटण नाही हे समजल्यानंतर हरवलेलं निरागसपण देणाऱ्या चिंचेच्या आंबटगोड बुटक्यासारख्या.

विंदा करंदीकर म्हणतातः

'एटू लोकांच्या देशातही
जर कोणी कविता केली

प्रथम पुरतात जमिनीखाली
मग कवितेतून फुलतो वृक्ष
फुले येतात नऊ लक्ष.'

असे हे वृक्ष आपलेसे न वाटतील तरच नवल. यांतले वड नि पिंपळ हे तसे सर्रास दिसणारे आणि पटकन ओळखूही येणारे. वडाच्या पारंब्या जशा सिद्ध मुनीच्या वाढलेल्या जटादाढीसारख्या रुळणाऱ्या. पटकन त्याच्या साधनेत व्यत्यय आला तर डोळे उघडून क्वचित आपल्याला धीर देणारं स्मितहास्य करणाऱ्या वटवृक्षाचं असणं घरी जाणत्या प्रेमळ वृद्धाच्या आधारासारखं भक्कम, त्याच्या विस्तारावरही पक्ष्यांचे किती मनोव्यापार जाणता अजाणता घडत असावेत.

'गाढव म्हणाले चाललात कुठे
कोल्हा म्हणाला तीन तिठे जिथं मिळतात
तिथेच एका वडाच्या झाडावर
एक म्हातारे राहते घुबड
त्याचा ज्योतिषाचा अभ्यास रगड.'

या वडाची न्यग्रोध, रोहिन्, महावृक्ष, वंशवृक्ष, बहुपात्, जटिन्, मंडलिन्, रक्तफल, ही नामावली वाचूनही विस्मय वाटतो. तर अश्वत्थ, बोधिदृम, चलदल, पिप्पल, कुंजरासन म्हणजेच आपला पिंपळ. रेखीव, नीटस पानांनी अव्याहत सळसळणारा, चिरंतन, पिशी मावशीच्या भुतावळीत सापडणारा.

'आला आला पिंपळावरून
एक मुंजा संध्या करून
त्याची पोथी चालत येते
हळूच त्याच्या हातात जाते.'

भीतीदायक वाटण्याऐवजी हा सवंगडी होतो, त्याच्या द्वाड मित्रांना सावरून घेणारा. याच पिंपळाचे वर्णन इंदिरा संतांनी 'नाल' या कवितेत फार मनोहारी केले आहे.

'रस्त्याकाठी प्रचंड पिंपळ
पानांची अव्याहत सळसळ

गडद पोपटी हिरवट काळी
पिंपळपाने लाल कोवळी
ऐन दुपारी झगमग करती
जललहरींचा भास निर्मिती
त्या पाानांचा दाट पिसारा
त्यातुन झरती प्रकाशधारा
शोषुन शीतलता रंगांची
कोमलता अन् पर्णांतरिची.'

वसंतशोभेला चहूबाजूंनी आलेला बहर वर्णिताना दुर्गाबाई भागवतांच्या शब्दांनाही तेजकळा लाभते ती अशी: 'संयमाची बतावणी निसर्ग झुगारून देतो, नटूनथटून व दुसऱ्याला आकर्षित करायचे आणि परस्परांच्या सहकारातून स्वत:चे चिमुकले क्षुद्र जीवनही विश्वाच्या भव्य नियतीत एकरूप, एकतान होईल असा आनंद निर्माण करण्याचे प्रकृतीचे तंत्र सारी सजीव सृष्टी पाहा कशी मुक्त हस्ताने वापरीत आहे.'

याच मधुमासाचा सर्वांत उत्कट आविष्कार आपल्या रंगांतून उधळणारा पळस म्हणजेच किंशुक. आपल्या पोपटाच्या चोचीप्रमाणे लाल केशरी बाकदार फुलांनी एकाच वेळी नेत्रसुखद तर दुसरीकडे प्रेमीजनांच्या विरहाचा दाह सचेतन करणारा भासतो. न जाणो हा विरहदग्ध पलाश पाहूनच कदाचित जोश म्हणून गेला असेल:

'कलियां झुलस गयी है, दहकने लगे है फूल
यूं भी चली हैं बाद-ए-बहरां कभी-कभी
आंचों में गुनगुनाते है गुलजार गाह-गाह
शोलों से पट गया है गुलिस्तां कभी-कभी ।।'

या पलाशाचे, अर्थात 'फ्लेम ऑफ द फोरेस्ट'चे असंख्य औषधी, याज्ञिक, पौराणिक गुण दुर्लक्षित करून जो वाचाहीन आहे, ज्याला फळ लागत नाही आणि ज्याच्या रंगशोभेला साजेसा वास नाही म्हणून उपहास करणारी संस्कृत सुभाषितं वाचून मन खिन्न होतं.

'भग्न शिवालय परिसर निर्जन
पळस तरूंचे दाट पुढे बन

तरुवेली करत गर्द झुला
जाईन विचारित रानफुला
भेटेल तिथे मग सजण मला.'

हे किशोरीताईंचा दैवी आवाज लाभलेलं सदाबहार मराठी भावगीत हमखास आठवल्याशिवाय राहवत नाही.

हा दाह थोडा शमल्यावर त्याच्या दर्शनाने डोळ्यांना आल्हाददायक वाटतं, कानांत झुंबरं घातल्याप्रमाणे झुलणारा सोनसळी कृतमाल, दीर्घफल, कर्णिकार अर्थात बहावा. बहाव्याचे झुपकेदार घोस पाहिले की शांता शेळके यांच्या 'भेट' कवितेतील ओळी आठवतात.

'झुकलेला घोस एक,आली वाऱ्यालाच फुले
भास तयाच्या स्पर्शाचा, माझ्या भाळावर हाले.'

रंगरूप, आकार आणि गंध यांचा अद्वितीय संगम असलेला चाफा. नीलाताईंनी संस्कृत साहित्यातील दोहद वृक्षांची संकल्पना विशद करून वाचकांवर जणू सुवासिक ऋण केलं आहे. ललनांच्या प्रसन्न स्मितहास्याने फुलणाऱ्या चंपकाची जन्मकथाही फार सुरस आहे.

योगीराज शिवाला पार्वतीकडे आकर्षित करणारे मदनाचे प्रयत्न अयशस्वी झाले आणि शंकराच्या तिसऱ्या डोळ्याने बेचिराख होण्यापूर्वी मदनाच्या धनुष्याचे पाच तुकडे होऊन त्यापासून बकुळ, चाफा, मालती, पाडळ आणि मोगरा उत्पन्न झाले.चाफ्याचा उन्मादक सुगंध आणि शृंगारातले स्थान लक्षात घेता शास्त्रीय संगीतातील असंख्य बंदिशींतील त्याचे अस्तित्व यथार्थ असल्याचे दाखवतो.चाफ्याप्रमाणेच मादक सुगंध असलेला पण रूपाच्या बाबतीत थोडासा डावा असा मधुगंध चिरपुष्प सुरभी केसर म्हणजेच बकूळ. बकुळीचं फूल लहान चणीचं असलं तरी त्याला नीटस, कातर नक्षी. तसंच या रंगरूपाचा, वासाचा बडिवार आपल्या आत्मबळाने दूर करत समुद्रमंथनातून आलेला व्रतस्थ पारिजात. एखादं अविरत चालणारं तप करून ज्याचा देठ आरक्त झाला आहे, तो मोतिया पांढऱ्या रंगाचा विरागी पोशाख घालणारा प्राजक्त. याचा मंद सुवास मादक नसून स्नेहल वाटतो. देवभूमीतून मर्त्यलोकात आलेला हा

त्याच्या मौनातून सत्यभामा-कृष्णापासून अगदी आजपर्यंतच्या असंख्य विराण्या सांगतोय. यांजपैकी:

'सख्या तुला भेटतील माझे
तुझ्या घरी सूर ओळखीचे
उभा तुझ्या अंगणी स्वरांचा
अबोल हा पारिजात आहे.'

हा सुरेश भटांनी काव्यबद्ध केलेला तर,

'झडता सखि पारिजात, बघ उन्हात पावसात
खंत न त्या सुमने कुणी उचलील का
खंत न त्या वा चिखली भिजतभिजत कुजतील का
दात्यांचे घेत हात हातांनी हाही रिता
सासुरास निघणाऱ्या कन्येचा सजल पिता'

असा बा. भ. बोरकरांनी टिपलेला पारिजात. किंवा

'आज पहाटे श्रीरंगाने मजला पुरते लुटले गं
साखरझोपेमध्येच अलगद
प्राजक्तासम टिपले गं '
असा हुरहुरणारा पारिजात.

तिळवा, मोह, अशोक, कोरांटी, शिरीष, सातवीण यांनीही ऋतुराज वसंताच्या वैभवाचा दिमाख आपल्या बहरण्याने वाढवलाच आहे.यांचं पौराणिक, आध्यात्मिक पर्यावरण संतुलनात असलेलं योगदान आणि त्यांच्याशी निगडित संस्कृत साहित्यातले संदर्भ वाचून हर्षचकित व्हायला होतं. फुलं बिनवासाची असूनही सुगंधाची कुपी जो आपल्या खोडात साठवतो तो पिष्ठसौरभम् मलयज म्हणजेच चंदन. नीलाताईंच्या म्हणण्याप्रमाणे चंदनाचे मलयचंदन व हरिचंदन (पिवळ्या रंगाचे) हे दोन प्रकार मानले जातात. मला माझ्या आजोळी रक्तचंदनाचे लाल खोड उगाळल्याचे स्मरणात आहे.

'कस्तुरीतिलकम् ललाटपटले वक्षस्थले कौस्तुभम्
नासाग्रे हरिमौक्तिकम् करतले वेणू करे कंकणम्

सर्वांगे हरिचंदनम् च सुविमलम् कंठे च मुक्तावली
गोपस्त्री परिवेष्टितो विजयते गोपाल चूडामणिः ।।'

कथ्थक नृत्यात सादर केली जाणारी ही कृष्णवंदना चंदनाचं महात्म्य सांगते तर आशाबाईंच्या आवाजातलं 'धर्मकन्या' सिनेमातलं गाणं

'शृंगाराची प्रीत करता चिंतन
अनुराग त्याचा देता आलिंगन
चंदनाचा गंध होत असे पंचप्राणा
सखी ग, मुरलीमोहन मोही मना' हेही हृदयाचा ठाव घेतं.

रामदास स्वामींनी म्हटल्याप्रमाणे

'जंवरी चंदन झिजेना
तंवरी सुगंध कळेना
चंदन आणि वृक्ष नाना
सगट होती'

चंदनाच्या या शीतलता आणि सुगंध देण्याच्या झिजेचं यथोचित चीज साक्षात परमेश्वराकडून लेपन करून घेण्याने न होतं तरच नवल. श्री-दत्तात्रेयाच्या सान्निध्याने पुनीत झालेला औदुंबर. गोलाकार छोट्या फळांच्या घोसांनी लगडणारा कल्पवृक्ष. ही फळं पिकून जणू वर्षाऋतूची रुजवात करणारा. औदुंबराप्रमाणेच वर्षाऋतूत फुलणारा कृष्णसखा कदंब. सख्याच्या भेटीने अंगावर रोमांच तरारावे तशी याची गोलाकार चेंडूप्रमाणे रोमांचित झालेली फुलं. हा कदंब प्राचीन संस्कृत साहित्यातच नव्हे तर आजही काव्यप्रतिभेला मोहित करत आहे. उपशास्त्रीय संगीतात

'झुमक झुकी आयी है बादरिया कारी,
कदंबकी डारपे सुभग हिंडोला रेशम लागी डोर,
इक ओर झूले कुंवर राधिका, दूजे नंदकिशोर ।'

म्हणत चैतन्याचा शिडकावा करणारा कदंब अचानक गतस्मृतींचं वैभव आठवत

'कदंब तरूला बांधुन दोला उंच खालती झोले
परस्परांना दिले घेतले गेले ते दिन गेले.'

म्हणताना मानवी जीवनातील सुखदु:खाची अपरिहार्यता दाखवतो. एवढं वसंताख्यान झालं तरी तो नसेल तर ती कसली बहार?

'ऐसो कैसे रितां रे
अंबुवा पे मोर न आयो
कऱ्यो ना गुंजा रे, भंवरा रे'

आम्र मंजिरी म्हणजे मोहोर ते सुमधुरे आम्रफल हा वसंताचा प्राण आहे, हे सांगताना नीलाताईंनी कालिदासाच्या 'अभिज्ञानशाकुंतलम्' मध्ये परिभृतिकेच्या (कोकिळेच्या) तोंडचा उद्गार अचूक टिपला आहे तो असा:

'आताम्रपाण्डुरजीवितसर्वं वसन्तमासस्य
दृष्टोसि चूतकोरक ऋतुमंगलं त्वां प्रसादयामि ।।'

आंबा न आवडणाऱ्या मोजक्याच हतभागी जीवांना जिचं माहात्म्य कळणार नाही ती अकबर बिरबलाची गोष्ट इथं आठवते. अकबर बिरबल नि राण्यांसमवेत आंब्याचा आस्वाद घेत असताना बिरबलाची चेष्टा करायच्या उद्देशाने आंबे खाऊन साली व कोयी बिरबलासमोर टाकत होता. ह्या साली-कोयींच्या ढिगाकडे निर्देश करून अकबर म्हणाला, 'अरे बिरबला, किती रे हावरटपणा?' 'हजरजबाबी बिरबलाने तात्काळ, 'खाविंद, मी साली-कोयी तरी सोडतोय, तुम्ही तर त्यासकट फडशा पाडीत आहात' म्हणून हिशेब चुकता केला.

'बांधियो आंबा पे झूला तरि
आयो री सखियां मिल गावो तरि ।।'

अशा असंख्य बंदिशी, लोकगीतं, गाणी, कविता यांची आंब्यावर लयलूट झालेली दिसते.

एकूणच 'वृक्ष-अनुबंध' ही प्राध्यापक नीला कोर्डे यांनी घडवलेली ही वृक्षयात्रा अवर्णनीय आनंद देऊन जाते.

विंदा म्हणतात.

'एक झाड फुलेना
वारा लागून डुलेना
मग त्याची सावली
परीकडे धावली

परीकडची तीट
तिने लावली नीट
उपाय नाही खोटा
बहर आला मोठा.'

शहरीकरणाच्या रेट्यात जिथं या आनंदाला आपण दिवसेंदिवस पारखे होतोय तिथं हे वृक्षही आपल्यावर रुसले तर तो असहकार मोडायला परी कुठून शोधायची?

थांबता थांबता असं बजावावंसं वाटतं, वृक्षांच्या या मौनाची ही कहाणी सुफळ संपूर्ण होण्यासाठी आपल्या प्रत्येकाने केलेली त्यांच्या जतन, संगोपन आणि संवर्धनाची छोटी कृती ही या समस्येची उकल होऊ शकेल. हे प्रश्नोत्तर भावोत्कट करणारी कुसुमाग्रजांची 'मुक्तायन'मधील कविता सांगून समारोप करते.

'मौन'

'शिणलेल्या झाडापाशी कोकिळा आली
म्हणाली, गाणं गाऊ का?
झाड बोललं; नाही. कोकिळा उडून गेली.
शिणलेल्या झाडापाशी सुगरण आली
म्हणाली. घरटं बांधू का?
झाड बोललं; नाही. सुगरण निघून गेली.
शिणलेल्या झाडापाशी चंद्रकोर आली
म्हणाली, जाळीत लपू का?
झाड बोललं; नाही. चंद्रकोर मार्गस्थ झाली.
शिणलेल्या झाडापाशी बिजली आली
म्हणाली, मिठीत येऊ का?
झाडाचं मौन सुटलं.
अंगांगांतून होकाराचं तुफान वादळ उठलं.

❑

२९

हेमा क्षीरसागर

बिंब प्रतिबिंब

त्या तिथे पलीकडे, तिकडे,
माझिया प्रियेचे झोपडे....

डॉ. हेमा क्षीरसागर यांच 'बिंब-प्रतिबिंब' हे पुस्तक अनेक कारणांमुळे केवळ एका उत्तम कारागिरीचा नमुना राहिला नसून तो अस्सल कलाकृतीच्या दर्जाला पोहोचला आहे. लेखिकेची संस्कृतमधील उज्ज्वल कारकिर्द व मराठी तसेच इंग्रजीवरील प्रभुत्व हे यातील कवितांच्या निवडीवरून, त्यांच्या आशयगर्भ, रसाळ, गेय, सुगम अनुवादावरून आपल्या सहज लक्षात येते. कलानिर्मितीच्या पहिल्या काही पडावांमध्ये तंत्रसाधना व त्यातून विकसित होणारी काव्यविषयक जाण अंतर्भाव होऊन हळूहळू अनुकरणातून स्वतंत्र प्रतिभेपर्यंतचा टप्पा गाठला जातो. मनोगत व्यक्त करताना हेमाताई म्हणतात, 'काव्य करण्याची शक्ती सर्वांमध्ये नसते. ही शक्ती माझ्यात नाही ह्याची जाणीव मला आहे. पण मी कवितांवर प्रेम करते. त्यांतील सौंदर्याचा आनंद अनुभवते. कविता गुणगुणते. पाठ करते. माझ्या स्मृतिमंजुषेत कितीतरी कवितांचा खजिना भरलेला आहे. त्यामुळे माझ्या मनातील कविता-प्रेमाला भावानुवादाचे हे एके वेगळं वळण मिळालंय.'

मुळात कवितेचा अनुभव आपण समुदायात असतानाही आपल्याला वैयक्तिक पातळीवर स्पर्शून जातो व त्याच वेळी वैश्विक स्पंदनांशीही त्याची संगती दाखवतो. कविता गद्यापेक्षा अधिक गूढ असते. मला तो काव्यानुभव हा रासलीलेसारखा वाटतो. एकच कृष्ण एकाच वेळी अनेक गोपींशी रास खेळतो. कृष्ण केवळ आपल्याशीच रास खेळतोय या परमानंदात समस्त गोपी भान हरपतात. अशा या गूढ अज्ञात प्रदेशात वावरताना 'भावानुवादरूपी' वाटाड्या किती महत्त्वाचा ते सुज्ञांना सांगायला नकोच. काव्यविश्वात रममाण होणाऱ्या आस्वादकांची अवस्था, 'हम दिल्ली भी हो आये है, लाहोर भी घूम, ए यार मगर तेरी गली, तेरी गली है...!' अशीच असते. 'The love of poetry goes hand in hand with a love of life' या रस्किन बाँड यांच्या विधानातील तथ्य खरंतर बालपणापासून कवितेशी आस्ते कदम दृढ होत गेलेला बंध आपल्याला देतोच. तर एडवर्ड यंग म्हणतात, 'There is something about poetry beyond prose logic , there is mystery in it not to be explained, but admired.' अर्थात कवितेच्या रसग्रहणाआधीही भावानुवाद अपरिचित भाषेतल्या कवितांशी सलगी करायला पोषक वातावरण निर्माण करतो हे नक्की!

लीला अर्जुनवाडकर यांनी प्रस्तावनेत म्हटलंय, 'मूळ कविता आणि भावानुवाद म्हणजेच बिंब आणि प्रतिबिंब ही काही जुळी भावंडं नव्हेत. प्रतिबिंब देखील अंतर, वेळ, प्रकाश, तरंग यांमुळे वेगवेगळी रूपं घेत असते.' तर याच संदर्भात ब्लर्बमध्ये डॉ. अरुणा ढेरे नमूद करतात, साहित्यावर संस्कृती, प्रदेश, भाषा आणि साहित्यिकाचे व्यक्तिमत्त्व यांचा ठसा असतो. त्यामुळे कोणत्याही काव्यप्रकाराचा अनुवाद ही सोपी गोष्ट नाही. तरीही आपल्या मनातील अंत:प्रेरणेतून उत्तम अनुवाद करता येतो. रचनेची ओढाताण नसणाऱ्या, प्रवाही, साध्या आणि सोप्या अनुवादासाठी भाषेवर प्रभुत्व, भाषेची लकब, शब्दसंग्रह आणि संस्कृती या गोष्टींचे सखोल ज्ञान अत्यावश्यक असते.

संग्रहातील पहिलीच कविता ही William Wordsworth च्या 'Daffodils'चा अनुवाद आहे.

'For often, when on my couch I lie
In vacant or in pensive mood,
They flash upon that inward eye
Which is the bliss of solitude:
And then my heart with pleasure fills,
And dances with the daffodils.'

यांवर हेमाताई म्हणतात,

'चिंतनात वा शून्यमनस्कही बसतो जेव्हा एकांती
डॅफोडिलची फुले प्रगटती मन:चक्षूंच्या पुढती,
एकांताचे वरदानच ते स्वप्न सुखद जणू पडे मला
तुडुंबते मन आनंदाने, तुला नसे त्या सौख्याला,
आनंदाच्या डोहामध्ये मोद तरंगे सभोवती
फुले नाचती, मनही नाचे हर्षाच्या लहरींवरती........'

विलक्षण नादमधुर, गेय, केवळ मूळ शब्दांना मराठी प्रतिशब्द योजणारा नव्हे तर वर्डस्वर्थच्या डोळ्यांपुढे तरळणाऱ्या स्मृतींना जिवंत करणारा हा अनुवाद आहे.

'Leisure' या W. H. Davies यांच्या कवितेचा 'उसंत' हा अनुवाद त्याच्या शेजारच्या जुन्या काळातील खुर्चीमुळे इतका प्रत्ययकारी होतो, अशात 'चिंतेने काजळलेले हे जीवन व्यर्थची आहे, क्षण टिपण्या आनंदाचे, पळभरही उसंत नाही'ची व्यथा अधिकच गहिरी करतात. मन भूतकाळात वावरते, खुर्चीवरच्या एकाकी आजोबांचा घरातला भकास वावर जीवनाची अपरिहार्यता बोलकी करतो.

मूळ कवितांची शीर्षकं व त्यांचे शब्दांपलीकडचे भाव टिपणारे अनुवाद हा हेमाताईंच्या कलात्मक जाणिवेचा उत्कट आविष्कारही पुस्तकात अनुभवता येतो. 'The Psalm of Life' 'जीवनसूक्त' होऊन, 'Under the Green Wood Tree' 'त्या तरुतळी', 'Tree' 'देवाजीची कविता' होऊन, 'Home they Brought, Her warrior Dead' 'उमाळा' होऊन, 'Clouds' 'सांध्यमेघ' होऊन, 'The Beech Tree's Petition' 'वृक्षाचे आर्त' होऊन

मूळ कवितेच्या सौंदर्यात भर घालतात. कवितेच्या आशयाचा परिपाक केवळ मूळ शीर्षकांसाठी योजलेल्या प्रतिशब्दांचे साचे म्हणून उरत नाही.

H. W. Longfellow यांच्या 'Poem' कवितेतील
"Read from some humble poet,
Whose songs gushed from his heart
As showers from the clouds of Summer,
Or fears from the eyelids stast," यांचं
'साध्या कवीची कविता
स्फुरली जी हृदयातून
जसे वर्षती मेघ वादळी
किंवा अश्रू डोळ्यांतून' हे रूपांतर, किंवा

अज्ञात कवीची 'Why the Pine tree is evergreen' या कवितेचा, 'एक चिमणं पाखरू, पंख त्याचे जायबंदी म्हणून गेलं मदतीसाठी, सफरचंदापाशी', हे आणि बरेच अनुवाद नकळत दाद घेऊन जातात.

इंग्रजी कवितेचा मूळ घाट, ओळींची संख्या, क्रम, बदलूनही त्यातला भाव, आशय अबाधित ठेवणाऱ्या पुढील काही अनुवादित ओळी बघूया. टागोरांच्या

Speak to me, through hasitating tears,
through faltering smiles,
through sweet shame and pain,
the secret of your heart.
या ओळी
'गोड लाजरा भाव नी व्यथा,
उलगड त्यातून तुझी कथा
मित्रापासून नकोस लपवू
गूज मनीचे वृथा'

असं अस्सल एतद्देशीय आर्जव व्यक्त करतात. Christina Rossetty या कवयित्रीच्या,

But the bow that bridges heaven,
And overtopr the trees,
And builds a road from earth to sky

इतक्या शब्दांना ‘स्वर्गधरेचा पूल म्हणत मोजक्या शब्दांत त्यांतला गाभा सहज कवेत घेतात.

‘बिंब-प्रतिबिंब’ यातल्या मूळ इंग्रजी कविता तात्पुरत्या बाजूला ठेवून केवळ मराठी कविता मी पुन:पुन्हा वाचल्या तेव्हा हेमाताईंच्या शब्दांतून प्रकट होणाऱ्या ऋतुक्रीडा, निसर्गाची बदलती रूपं, मानवी संवेदना, भावनिक आंदोलनं कुठल्याही आधाराशिवाय परिपूर्ण वाटली. हे या भावानुवादाचे निखळ यश आहे. शास्त्रीय संगीतातल्या एखाद्या रागाची गुरुमुखातून तालीम घेतल्यानंतर गायकीची सौंदर्यतत्त्वं, रागनियमांशी बांधिलकी जपतानाही दमदार गाण्याने मैफिलीवर स्वतंत्र ठसा उमटवावा याच तोडीचा हा अनुभव आहे.

‘प्रिये’ या मूळ 'The Indian Serenade' या P. B. Shelly यांच्या कवितेतल्या ओळींचा

‘धुळीत पडलेला मी भोवंडतो, मरतो
उचल मला अन् कर चुंबनांचा वर्षाव
माझ्या निस्तेज ओठांवर आणि पापण्यांवर
थंडगार पांढुरके गाल, धडधडणारे हृदय
तुझ्या हृदयाशी धर, घट्ट दाबून धर
तिथेच ते होऊ दे अनंतात विलीन.’

हा अनुवाद मूळच्या बीजासह नव्या कोंदणात झळाळून निघतो.

पुस्तकाच्या नवीन आवृतीचे प्रकाशन अलीकडेच वीर सावरकर सभागृहात लेखक, प्रकाशक डॉ. रामदास भटकळ यांच्या हस्ते झाले. डॉ. हेमा क्षीरसागरांनी परप्रांतातल्या आपल्या प्रियेच्या झोपडीत सर्व काव्यरसिक आस्वादकांना उदार आश्रय द्यावा अर्थात केवळ खाजगी वितरणाकरता पुस्तक न राहता जास्तीत जास्त वाचकांपर्यंत हे पोहोचवावे, अशी मी त्यांना नम्र विनंती करते.

❑

३०

अरुणा ढेरे

प्रेमातून प्रेमाकडे

'प्रेमातून प्रेमाकडे' हे अरुणा ढेरे यांचं स्त्री-पुरुष मैत्रीचा, विशेषतः लग्नबाह्य मैत्रीचा, धांडोळा घेणारं पुस्तक नुकतंच वाचनात आलं. मैत्री, सौहार्द, जिव्हाळा, प्रेम - दैहिक अथवा अदैहिक - अशा अनेकपदरी गुंतागुंतीच्या बारकाव्यांनी समृद्ध असणारे अनोखे स्त्री-पुरुष संबंध वाचताना सहज सुचलेलं शब्दबद्ध करायचा हा प्रयास.

'एकाच नदीत दोनदा पाय बुडवता येत नाहीत' हे मानवी संबंधांबाबतही तंतोतंत लागू पडणारं विधान आहे, किंबहुना प्रवाही अशा दोन व्यक्तींमधल्या बंधाचा मागोवा घेणं, ही अशक्य कोटीतील गोष्ट काही अंशी त्या दोन व्यक्तींमधील पत्रव्यवहारामुळे साध्य होते.

पुस्तकात दखल घेतलेल्या प्रत्येक समीकरणाची पार्श्वभूमी व व्याप्ती वेगळी आहे. १८९५मध्ये शिकागोच्या धर्म परिषदेतील यशानंतर विवेकानंद लंडनला गेले, जिथं वयाची तिशी न ओलांडलेल्या मार्गारेट नोबेलने त्यांना पाहिलं. वर्ष-दोन वर्षांच्या काळात स्वामीजींकडून भारताचा इतिहास, धर्म, संस्कृती यांची ओळख करून घेऊन एतद्देशीय समाजासाठी काम करायला १८९८मध्ये मार्गारेट भारतात आली, आजन्म ब्रह्मचर्य स्वीकारून 'भगिनी निवेदिता' झाली. स्वामीजींचा सहवास त्यांना लाभला तो अवघा चार वर्षांचा, पण विवेकानंदांच्या पश्चातही स्त्रीशिक्षण, स्वातंत्र्यलढ्यात आपलं

आयुष्य झोकून देऊन निवेदितांनी या मैत्रीचा वेलू गगनावरी नेला. ऐहिक आशा–आकांक्षांपलीकडला हा विस्तार मन थक्क करणारा आहे. भगिनी निवेदितांनी आपल्या अकृत्रिम स्नेहाची शिंपण करून गोपाळ कृष्ण गोखले या व्युत्पन्न महासंयमी राजनीतिज्ञ आणि मनोज्ञ व्यक्तीवरही सावली धरली, समवयस्क पण भिन्नस्वभावी मैत्रीचे मार्ग वेगळे तरी उद्दिष्ट समान. दहा वर्षांच्या या स्नेहात व्यक्तिगत ओलावा आणि समाजाभिमुख साथ यांचा हृदयसंगम आढळतो, तर पंचविशीतल्या सरोजिनी नायडू आणि परिपक्व गोखले यांचा स्नेहही मन हेलावणारा आहे. उदात्त कार्याला समर्पित आयुष्यांमध्ये आपुलकी नि स्नेहाचे हे बंध अस्सल माणूसपण देतात. एकमेकांवर हक्क गाजवताना, एकमेकांची काळजी घेताना मायेच्या उबेत एक आगळाच झळाळ दिसतो.

अग्निशिखा सरला घोषाल चौधरी आणि गांधीजी यांच्यातले बंध हे गूढ वाटावं असं रसायन आहे. १९१९–२० दरम्यान केवळ मैत्रीण नव्हे, तर आध्यात्मिक पत्नीपद बहाल करणाऱ्या गांधीजींपासून मतभिन्नतेमुळे दुरावताना सरलादेवी मोडून पडल्या, तर ब्रिटनमधल्या गर्भश्रीमंत घरातील मॅडेलीन स्लेड गांधीजींच्या कार्याने प्रभावित होऊन १९२५ मध्ये वयाच्या तेहत्तिसाव्या वर्षी भारतात दाखल होते, तेव्हा साठीत असलेल्या गांधीजींची जीवनशैली, विचारसरणी यांना अनुसरून मॅडेलीन उर्फ मीराबेन खादीचा प्रचार करते, गोलमेज परिषदेसाठी साहाय्यकाची भूमिका निभावते, तुरुंगवासही सोसते. मात्र, व्यक्तिनिष्ठ मॅडेलीनला गांधीजींचा स्नेह अपुरा पडतो. न जाणो हा संघर्षही त्यांच्यासाठी पुरेसा यातनामय झाला असावा.

पुढील प्रकरणांमध्ये अन्नपूर्णा तर्खडकर, कादंबरीदेवी, व्हिक्टोरिया ओकॅम्पो असा रवींद्रनाथांच्या आयुष्यात वेगवेगळ्या वळणांवरचा तिपेडी वेध घेणं हा तरल काव्यात्म अनुभव आहे. ॲना उर्फ नलिनी यांच्याशी जडलेल्या महिन्या–दीड महिन्याच्या स्नेहाने रवींद्रनाथांची स्त्रीकडे पाहण्याची दृष्टी घडली तो पोत किती आश्वासक असला पाहिज़े या विचाराने आपण चकित होतो. दुसरीकडे बालसवंगडी असलेली वहिनी कादंबरीदेवी हिच्याशी असलेलं मैत्र तर चटका लावणारं आहे. तर त्रेसष्ट वर्षांच्या

रवींद्रनाथांवर चौतीस वर्षांच्या व्हिक्टोरियाने कवी म्हणून आणि माणूस म्हणून उधळून दिलं. हे प्रेम सर्वार्थाने स्वीकारायला असमर्थ असलेल्या रवींद्रनाथांनी 'अतिथी' नावाच्या कवितेद्वारे त्या शल्याचं जणू चिरंतन स्मारक उभारलंय.

'अतिथी'

माझे हद्दपारीचे दिवस तू तुझ्या सौंदर्याने कोवळे केलेस ।
किती साध्या करुणेनं मला तुझ्या जवळ घेतलंस तू
तू एखाद्या अनोळखी ताऱ्यानं हसून माझं स्वागत करावं तसं
मी उभा राहतो एकटाच सज्जामध्ये आणि दक्षिणेचं आभाळ पाहतो
तेव्हा अवकाशातून आवाज येतो, तुला ओळखतो आम्ही
कारण अपाराच्या अंधारातून तू आमचा पाहुणा - उजेडाचा पाहुणा म्हणून आलास
अगदी त्याच अलौकिक आवाजात तू आर्ततेनं मला म्हणालीस,
'तुला ओळखते मी'.
आणि तू तर माझी भाषाही जाणत नाहीस, तू जाणतेस हृदय.
या पृथ्वीच्या पाठीवर माझ्यातला कवी तुझा सदैव पाहुणा राहील.
तुझ्या प्रेमाचा पाहुणा!'

पुस्तकात प्रेमाची परिणती लग्नात होऊनही परिस्थितिवश भावबंध उघड न करणारं असं एकमेव नातं आहे ते सुभाषचंद्र बोस आणि एमिली शेंकेल यांचं. तर पांडुरंग महादेव उर्फ सेनापती बापट हे वादळी व्यक्तिमत्त्व स्नेहकवेत घेणारी कोणी एक रशियन ॲना जी एका हाकेसरशी स्वतःचे वैद्यकीय शिक्षण अर्धवट सोडून अत्यंत जोखमीची अशी रशियन भाषेतील बॉम्बविषयक पुस्तिका अनुवादित करायचं काम करते आणि बापटरूपी झंझावात आपल्या आईवडिलांकडे, हा जन्म देशसेवेसाठी दिला तरी पुढचा जन्म मनभावन सखीबरोबर व्यतीत करण्याची अनुज्ञा पत्रातून मागतात आणि या स्नेहबंधाला अकल्पित उंचीवर नेतात. वयाच्या अठराव्या वर्षी विवाहबद्ध होऊन पत्नी रुक्मिणीशी आठ वर्षांचा संसार करणारे नि ॲनाशी असलेलं गूज अलवारपणे सांभाळणारे बापट स्तिमित करतात.

भीमराव रामजी सकपाळ अर्थात बाबासाहेब आंबेडकर आणि आयरिश मैत्रीण फॅनी उर्फ फ्रॅन्सिस्का फिट्झेराल्ड यांचा पीळही कसदार आहे. नात्याकडून असलेली अपेक्षा समजत असून ती स्वीकारता येत नसतानाही कडवटपणा येऊ न देण्याचं कसब फार थोड्यांना साधतं, त्यांतलं हे एक उदाहरण म्हटलं पाहिजे.

कऱ्हाडचे समाजसेवक देशभक्त बाबूराव गोखले यांचं मित्राची बहीण सुशीला आठवले हिच्याशी असलेलं मैत्र बहरू न शकल्यामुळे तिचा झालेला अकाली अंत, चंपू नावाच्या ज्या मैत्रिणीने मनाने वरले तिने त्याच्यासाठी आजन्म अविवाहित राहून केलेलं समर्पण आणि सुलोचनाबाईंशी केलेला संसार या सहृदय विवेचनापाशी स्त्री-पुरुष संबंधांनी जीवनाला बहाल केलेल्या अलौकिक अस्तराचा पुस्तकातील आढावा थांबतो.

मूळचा कवयित्रीचा पिंड असलेल्या अरुणाताईंनी हा नाजूक विषय नजाकतीने हाताळला आहे. अशा संबंधांचे तळ गाठणं अवघड असून या विषयाकडे स्वाभाविक निकोप दृष्टी ठेवणारं लेखन हे या उपक्रमाचं वैशिष्ट्य आहे. महाभारतातल्या व्यक्तिरेखांवर 'कृष्णकिनारा'तून भाष्य काय किंवा गेल्या शे-दीडशे वर्षांतल्या महनीय व्यक्तींच्या न उलगडलेल्या पदराचा माग लेखिका फार सिद्धहस्तपणे घेते.

लोकविलक्षण व्यक्तींच्या जीवनाविषयी असलेल्या आदर, आकर्षणापोटी इतर अनेक व्यक्तींचा त्यांना निकट सहवास लाभणं स्वाभाविक असतं. स्त्री-स्त्री व पुरुष-पुरुष संबंध ज्या निकोपपणे बघितले जातात त्याप्रमाणे स्त्री-पुरुष मैत्री समजून घेतली जात नाही. तो अधिक कुतूहलाचा, उघडपणे न बोलण्याचा व उपहासाचा विषय ठरतो.

शिक्षण, साहित्य, कला, देशप्रेम, सामाजिक बांधिलकी अशा अनेक कारणांस्तव स्त्री-पुरुष एकत्र येतात आणि आपण शोधत होतो ती जवळीक मिळाल्याचा विस्मय, आनंद वाटून साहचर्याला सुरुवात होते. संवाद, सहवास व बहुआयामी बंधाचे मूळ धरू लागते. परस्पर सामंजस्य, निखळ आनंद, समर्पण हा या नात्याचा पाया असतो. मात्र खेदाची गोष्ट अशी की, पुरुषांच्या विवाहेतर सहभागाविषयी मवाळ धोरण घेणारा

समाज स्त्रीविषयी कडवट धोरण अवलंबतो. कुटुंब आणि सामाजिक स्थान टिकविण्याची तथाकथित जबाबदारी आपल्या शिरावर आहे असे मानणारा सहभागी पुरुष घटकही या संबंधांविषयी वाच्यता टाळतो, सामाजिक जीवनात प्रेयसीला सामावून घ्यायला बिचकतो. संबंधांची हमी म्हणजे कायदेशीर बंधन असाच अर्थ मर्यादित असला तरी पुरुषाचे विवाहेतर सौहार्द पत्नीशी प्रतारणा ठरत नाही. पण पती असूनही पत्नीची अशी गुंतवणूक हा अक्षम्य अपराध ठरतो. बहुतांशी वेळा स्त्रियांची आयुष्ये, मानसिक स्थैर्य, कर्तृत्व याला उतरती कळा लागते. सामाजिक अराजकता थोपवण्यासाठी असलेलं कायदेशीर विवाहबंधन, मानसिक गुंतवणूक थोपवू शकत नसताना पुरुषाला झुकतं माप नि स्त्रीला उपेक्षा देते हे खरं तर या व्यथेचं कारण आहे. स्त्रीपुरुष समानाधिकार मानणाऱ्यांनी, जीवनपट देखणा करणाऱ्या अशा मैत्रीचा उघड स्वीकार करणं ही एक प्रकारे मैत्रीची बूज राखणारं नि समाजमन सहृदय करण्याच्या दिशेवरचं दायित्वाचं पाऊल ठरेल.

❑

३१

आशा बगे

मुद्रा

बूँदन आई, बिन पावस रितु छाई ।

वर्तमानपत्रात 'सध्या काय वाचताय?' अशा स्वरूपाच्या प्रथितयश व्यक्तींना विचारल्या जाणाऱ्या प्रश्नावलीत अश्विनीताईंने (डॉ. अश्विनी भिडे देशपांडे) 'मुद्रा'चा उल्लेख केला होता. त्यानंतर पुस्तकाच्या मुखपृष्ठावरूनच पुस्तकाची शास्त्रीय संगीताशी नाळ जोडली असल्याचं लक्षात येऊन आशा बगेंची 'मुद्रा' ही कादंबरी वाचायला घेतली.

केवळ आवडनिवड अशा सरधोपट शिक्क्यापेक्षा आस्ते आस्ते कब्जा घेणाऱ्या कलाकृतीतलं 'गुंगवणारं' आणि रेंगाळणारं असं नेमकं काय हा प्रश्न स्वतःलाच विचारून त्याचं विश्लेषण करायचा हा प्रयत्न!

स्त्री-लेखिकेने लिहिलेली आणि स्त्री-नायिकेभोवती गुंफलेली असल्यामुळे स्त्रीवादी असं कादंबरीचं मूल्यमापन करणं हा एका अर्थी या सकस कलाकृतीवर अन्याय ठरेल. कलंदर कलावंताने तथाकथित समाजव्यवस्था, कुटुंबव्यवस्थेचे पाश आत्मबळाने बाजूला सारून केलेला अस्वस्थता ते अवस्था हा प्रवास दाखवणारी आहे. यशस्वी मैफल गायिका व्हावं या ईर्षेने झपाटून सतत स्पर्धा करणाऱ्या, सामाजिक वर्तुळात वावरणाऱ्या, मानसन्मानासाठी आसुसलेल्या कलावतीचा प्रवास नसून कला ही व्यक्तिमत्त्वाचा स्वाभाविक आविष्कार असणाऱ्या आणि

अशाश्वततेच्या अथांग प्रवासातले काहूर फकिरी वृत्तीने सामोरं जाणाऱ्या निरंजनी महादेवकरचा आहे. टिम ओब्रायनचे एक सुंदर वाक्य आहे;'That's what fiction is for. It's for getting at the truth when the truth is not sufficient for the truth.'

आत्मशोधाच्या चिंतनाचा हा मार्ग 'निरंजनी' नीरूच्या, बाबा देवाशिष महादेवकर, आई देवकी, मन्नू-अप्पी या पाठच्या बहिणी, राजशेखर, रामशरण, शास्त्रीजी, ललिताबाई पाराशर, यमुनाआंटी, महेंद्र अशा मोजक्या प्रातिनिधिक व्यक्तिरेखांनी उजळून टाकला आहे.

कादंबरीचं बलस्थान म्हणजे तिला असलेली सांगीतिक पार्श्वभूमी. इथल्या संगीत जगतातील व्यवहार, मान्यता, चालीरिती, रागलोभ, गुरुशिष्य नातेसंबंध वास्तवाच्या निकट जाणारे आहेत.

'नीरू, ते बालगंधर्व होते. तसा शुद्ध निषाद लावण्यामागे त्यांची तशीच तपश्चर्या होती. आपण तिथे पोचलो नाही अजून. आपल्या मनातला भाव जसाच्या तसा सुरात उतरवण्यासाठी स्वरांची शिस्त लागते ते शास्त्र. केवळ रंजनाकरता शास्त्राला ओलांडणं गैर आहे. आणि बालगंधर्वांची गोष्टच वेगळी! ते ज्या उंचीवर होते तिथे शास्त्र स्वरभावात विरघळून गेले होते. किंवा स्वरभाव शास्त्रात विरघळला म्हणा हवं तर.' 'माणूस सदैव निर्मितीच्या अवस्थेत असत नाही. ती अवस्था धरून ठेवणं कठीण.' किंवा 'माझी आई सांगत होती की पूर्वी म्हणजे फारच पूर्वी देवळातूनच गाणं आलं असलं पाहिजे. नीरू, देऊळ हे इथे प्रतीक होऊनचं उभं राहतं. निर्मितीच्या क्षणी ऐकणाऱ्याचीही अपेक्षा न ठेवणारं निखळ निरंजन असं संगीत....' हे मुद्राचं वैभव आहे.

'एक सूर चराचर छायो
घर घर तुंबा बना उसीका
ऐसो नाद जगायो
तार अखंड अभेद हुए सब
जब यह सूर लगाओ
ताल काल से रहे अबाधित
सम से सम समझायो ।

किसे सुनाना कैसे सुनना
सूर कहाँ से आयो
सुननेवाला कोई न था
जब अलख निरंजन गायो।'

अनेक बंदिशी, रागांची स्वभावचित्रं, अष्टपदी, संतरचना, लोकसंगीताचे स्रोत त्यांतल्या नाट्याला कमालीची खोली देतात.

कादंबरीत घडणाऱ्या घटना अतार्किक किंवा अवास्तव वाटत नाहीत. देवाशिष महादेवकरांचं दुसऱ्या घरी स्थिरावणं, प्रकट निर्मिती अवस्था थांबलेली जोखणं, आणि तितकाच परिणामकारक मृत्यू, नीरूचं आयुष्य वाहातं राहावं यासाठी आईने मृत्युपत्रात राहातं घर अप्पीच्या नावे करणं, त्यायोगे संरक्षक गढीच्या बाहेर पडून नीरूने शारीरिक व्यंगाला न जुमानता, बाबा व आजीचा देदीप्यमान वारसा समृद्ध करावा यासाठी स्वतःची शक्ती आजमावणं, अनोळखी प्रदेशात यमुनाआंटी, गुरू ललिताबाई, आणि मग शास्त्रीजींशी संगीताच्या साथीने गहिरे ऋणानुबंध जुळणं या सर्व विवेचनाची लय 'मध्यलय' असून विलक्षण परिणामकारक आहे.

कलाकार आणि भ्रमंती यांचं एक वेगळंच सख्य असतं. सृजन-प्रक्रियेला परिपोषक अशा ठिकाणी कधी कारणपरत्वे तर कधी निरुद्देश भटकंती कादंबरीलाही तजेला देते. महाराष्ट्र, दिल्ली, केदारनाथ, कलकत्ता, बनारस, अमेरिका ही स्थळं कादंबरीचा भौगोलिक पट विस्तृत करतात.

नीरूखेरीज इतर व्यक्तिरेखाही स्वाभाविक आहेत. अधूनमधून फ्लॅशबॅक तंत्राचा वापर कथानकाच्या लयीला घाटदार परिमाणे देतो. शास्त्रीय संगीतातील वैभवशाली अशा गुरुशिष्य परंपरेचा सूक्ष्म व कलात्मक विस्तार आणि त्याचे विविध कंगोरे नीरू-बाबा, नीरू-राजशेखर, देवाशिष महादेवकर-राजशेखर, देवाशिष महादेवकर-आई सरस्वती, नीरू-ललिताबाई पाराशर, नीरू-शास्त्रीजी, नीरू- कस्तुरी यांच्या परस्पर संबंधांतून अनुभवायला मिळतात. 'श्रुतींच्या प्रवासातले सुरांचे मुक्काम' तसेच नात्यांचे प्रवाह, विहार आणि घडत-बिघडत जाणारी समीकरणं वाचकांना भारून टाकतात.

नीरू आणि महेंद्र यांच्यातलं वयाच्या चाळिशीतलं समंजस परिपक्व

भावविश्व कुठल्याही रूढ नात्यात बंदिस्त न होणं हाही कादंबरीच्या आवाहकतेचा एक महत्त्वाचा भाग आहे.

एकूणच प्रचारकी भूमिका न घेता पोचवलेलं अध्यात्म, तत्त्वज्ञान व चिंतन मननीय झालं आहे. चमकदार, धक्कादायक, उपदेशात्मक, नाटकी घटनांचा अभाव ही कादंबरीतली सुखद गोष्ट आहे. संगीताचा इतर ललितकलांशी असलेला संबंध नीरूच्या रेखाचित्रातून, देवळांच्या स्थापत्यशास्त्रीय वर्णनातून, काव्याच्या विपुलतेतून प्रकर्षाने जाणवतो.

कादंबरीत नीरूच्या अथवा इतरही व्यक्तिरेखांच्या कामविषयक आस्थांवरील विवेचन मात्र अत्यंत त्रोटक वाटतं. अप्पीचा नवरा जय याने साधू पाहिलेली त्रासदायक जवळीक किंवा नीरू व राजशेखर यांचे फुलू न शकलेले संबंध व शारीरिक आकर्षण याचं; 'तिचं अनावृत शरीर पाहून तो लुभावला. वेदनेची एक कळ आत कुठंतरी उमटत असतानाच त्यानं तिचं अवघं शरीर जणू सचेत केलं. हलका, हळुवार अनुनय. तिनं स्वतःला त्याच्या स्वाधीन करून टाकलं', यासारखं ओझरतं वर्णन हा लेखिकेचा व्यक्तिगत कल म्हणून स्वीकारार्ह असला तरी थोडा अस्वाभाविक वाटतो.

थोडक्यात काम, क्रोध, मोह, मत्सर यांपासून दूर असलेल्या, पर्यायाने सर्वगुणसंपन्नतेकडे झुकणाऱ्या नीरूचे पाय मातीचेच असल्याचे अपवाद तुरळकच आहेत. बाबांच्या पश्चात आईशी मानसिक जवळीक निर्माण होत असतानाच मृत्युपत्रात राहतं घर आईने अप्पीच्या नावावर केल्याचा राग, पायाचं अधूपण व त्यामुळे आलेली मर्यादा याचं भान व दुसरीकडे व्यंग स्वीकारूनही उराशी बाळगलेलं शल्य यात कणखर नीरू मानवी रागलोभांनी हत होणं मला जास्त मोहून टाकत. अन्यथा नीरू नीरस आणि कृत्रिम वाटती.

'वासना जेव्हा क्षीण होत जाते तेव्हाच तर नाती आकार घेतात, सजतात, टिकतात, अक्षय होतात. इतक्या प्रदीर्घ सहवासात दोघांमधले हे धागे इतके क्षीण तरी कसे राहिले? काय अडवतं माणसाला? काय थांबवतं आणि काय मोडून टाकायला वाटतं.' हे मानवी नातेसंबंधाचं विवेचन असो किंवा, 'असे पुष्कळ असतात बुद्धीने गाणारे. गाण्यात

इमॅजिनेशन हवीच.पण गायचे असते मात्र हृदयानेच. गाणं म्हणजे जिंकणं थोडंच असतं. ते समजणं असतं.' अशा कलेबाबतच्या धारणा व्यक्त करणारी वर्णनं गद्याला काव्यातल्या तरलतेचा स्पर्श घडवतात.

'आवर्तन' या पं सुरेश तळवलकर यांनी लिहिलेल्या पुस्तकात सृजनप्रक्रियेचे शास्त्र, तंत्र, विद्या आणि कला हे चार टप्पे विशद केले आहेत. शास्त्र नियमन शिकवते, तंत्र शरीरक्रियांचे आचरण तर परंपरेने संक्रमित केलेले ज्ञान म्हणजे विद्या. या तीनही टप्प्यांवर परिश्रमांनी हुकमत मिळवता येते. मात्र उपलब्ध साधनांची योग्य ती व्यवस्था लावून जी उपज होते ती कला होय. मानवी नातेसंबंध, सांगीतिक पार्श्वभूमी यांची सांगड घालत कादंबरीची केंद्रबिंदू नीरू आणि पर्यायाने एका सरस बीजाचा उत्कर्ष आशाताईंनी छान साधलाय. मौज प्रकाशनातर्फे आलेली आशा बगे यांची 'मुद्रा' लौकिकार्थाने गाते गळे नसलेल्यांनाही स्वरवर्षावात न्हाऊ घालेल असा मला विश्वास वाटतो.

❑

9788195512737

FCW - #0170 - 061026 - C0 - 216/140/8 - PB - 9788195512737 - Matt Lamination